விளம்பரப் படம் வேற லெவல்

ஜெடி-ஜெர்ரி

Making of Successful Advertisement Films

டிஸ்கவரி பப்ளிகேஷன்ஸ்
எண்: 9, பிளாட் எண்: 1080A, ரோஹிணி பிளாட்ஸ்,
முனுசாமி சாலை, கே.கே.நகர் மேற்கு,
சென்னை-600 078. பேச: 99404 46650

விளம்பரப் படம் வேற லெவல்

ஆசிரியர்: **ஜேடி-ஜெர்ரி©**

ஓவியங்கள்: **திண்டுக்கல் தமிழ்ப்பித்தன்**

VILAMBARA PADAM VERA LEVEL

Author: **JD-JERRY©**

Illustration: **Dindigul Tamizhpithan**

Printed : Ramani Print solutions, Chennai -5

First Edition : Dec - 2021

வெளியீட்டு எண்: **0054**

ISBN: 978-93-91994-26-6

Pages : 144

Rs. 400

Publisher • Sales Rights

Discovery Publications
No. 9, Plot,1080A,
Rohini Flats,
Munusamy Salai,
K.K.Nagar West,
Chennai - 600 078.
Mobile: +91 99404 46650

Discovery Book Palace (P) Ltd
No. 6, Mahaveer Complex,
Munusamy Salai,
K.K.Nagar West,
Chennai-600 078.
Ph: (044) 4855 7525
Mobile: +91 87545 07070

discoverybookpalace@gmail.com

WWW.DISCOVERYBOOKPALACE.COM

இந்த நூலில் பிரசுரமாகியுள்ள எந்த ஒரு பகுதியையும் பதிப்பாளரின் எழுத்துபூர்வமான முன்அனுமதி பெறாமல் எடுத்தாள்வதோ, மறுபிரசுரம் செய்வதோ, மொழியாக்கம் செய்வதோ, அச்சு மற்றும் மின்னணு ஊடகங்களில் மறுபதிப்பு செய்வதோ, காப்புரிமைச் சட்டப்படி தடை செய்யப்பட்டுள்ளது. இந்த நூலிலிருந்து குறிப்பிட்ட பகுதிகளை மேற்கோள்காட்டி புத்தக விமர்சனம் செய்ய, ஊடகங்களுக்கு மட்டும் அனுமதி உண்டு.

உங்கள் மொபைல் போனிலிருந்து ஸ்கேன் செய்து 'டிஸ்கவரி புக் பேலஸ்' மொபைல் ஆப்பை டவுன்லோடு செய்து, புத்தகங்களை வாங்குங்கள்.

இரட்டைக் கோபுரங்கள்

கவிப்பேரரசு வைரமுத்து

விளம்பரத்துறையில் வெற்றிபெற்ற தங்கள் அனுபவங்களைப் பதிவு செய்திருக்கும் நண்பர்கள் ஜெ.டிஜெர்ரி இரட்டையரைப் பாராட்டுகிறேன்.

தொலைக்காட்சியில் எனை ஈர்த்த ஒரு சில தரமான விளம்பரங்கள் இவர்களால் உருவாக்கப்பட்டவை என்பதை இந்த நூலின்வழி அறிந்து மகிழ்ந்துபோனேன்.

தொலைக்காட்சி விளம்பரங்களை நாம் பலமுறைப் பார்க்க நேரும்போது அவை எரிச்சலூட்டக் கூடாது. அந்த விளம்பரப் பொருளுக்கே அது எதிரானதாகிவிடும்.

ஆனால், நண்பர்கள் ஜேடியும் ஜெர்ரியும் இணைந்து உருவாக்கிய விளம்பரப்படங்களில் பெரும்பாலானவை தொழில்நுட்பத்தோடும் கலை அழகோடும் மிளிர்வன. அந்த விளம்பரங்கள் பெரும்பாலும் தொலைக்காட்சி நேயர்களை வேறு 'சேனலு'க்குப் போகவிடாமல் கட்டிப்போடும் கலையம்சம் கொண்டவையாகவே திகழ்கின்றன.

விளம்பரப் படம் என்பது குறைந்த நேரத்தில் படைக்கப்படும் ஒரு முழுத் திரைப்படம். அது, அரிசியில் தாஜ்மகால் செதுக்குவதுபோல் நுட்பமானது. அந்த நுட்பக் கலையை இவர்கள் சிற்பக்கலைபோல் பயின்றிருக்கிறார்கள்.

வேட்டி என்பது தமிழர்களின் கலாசார உடை என்ற தாக்கத்தையும், இளைஞர்கள் வேட்டி உடுத்துவது ஒரு மிடுக்கு என்ற உற்சாகத்தையும், வேட்டி அணிந்து ஐந்து நட்சத்திர விடுதிகளுக்குச் செல்லலாம் என்ற தன்னம்பிக்கையையும் ஜெயராம் நடித்த ராம்ராஜ் விளம்பரம் ஏற்படுத்தியதாக அதன் நிறுவனர் நண்பர் நாகராஜன் குறிப்பிட்டதை நானறிவேன்.

தொழிற்சின்னத்தின் தூதுவராக நிறுவன உரிமையாளரே நடிக்கலாம் என்ற ஒரு பாணியை சரவணா ஸ்டோர்ஸ் உரிமையாளர் திரு. சரவணன் அருள் அவர்களை நடிக்கவைத்து, அதை மற்ற நிறுவனங்கள் விளம்பரங்களில் பின்பற்றுமளவுக்கு வெற்றிப்படுத்தியதும் ஜேடி–ஜெர்ரியின் சிறந்த சிந்தனைகளுள் ஒன்று.

இயல்பாக இவர்கள் இருவரும் திரைப்பட இயக்குநர்கள் என்பதால், இவர்களின் விளம்பரங்கள் கலைத் தன்மையோடு திகழ்வதில் வியப்பில்லை.

வித்தியாசமான கருவைச் சிந்தித்து, புதுமையான உத்தியைக் கையாண்டு, ஒரு சில நொடிகளில் மனதைத் தொடும்படி ஒரு விளம்பரத்தை உருவாக்குவது சவாலான பணி.

ஊடக விளம்பரத் துறையில் மும்பைக்குச் சவால் விடும் அளவுக்கு தமிழ்நாட்டில் இன்று ஜே.டி–ஜெர்ரி இரட்டையர்கள் வெற்றி பெற்று விளங்குவதாக நண்பர்கள் சொல்கிறார்கள்.

இந்த வெற்றிக்கு அவர்களின் அடங்காத கலை ஆர்வமும், ஆழ்ந்த ஈடுபாடும், தயாரிப்பில் சமரசம் செய்துகொள்ளாத தொழில்நேர்த்தியும், பெரிதினும் பெரிது செய்யும் பேராற்றலுமே காரணங்கள்.

இந்நூலின் வழி சொல்லப்பட்டிருக்கும் அனுபவங்கள், ஊடக விளம்பரத் துறையில் இன்று ஈடுபட்டிருப்பவர்களுக்கும், இந்தத் துறையில் சாதிக்கத் துடிப்போர்க்கும் பெரிதும் பயன்படும் என்று நம்புகிறேன்.

இவர்கள் விளம்பரத் துறையில் பெற்ற பெருவெற்றியைத் திரைப்படத் துறையிலும் பெறுவதற்கான திறன் கொண்டவர்கள். அதற்கான நல்ல சூழல் அமையவும் காலம் கைகொடுக்கவும் மனமார வாழ்த்துகிறேன்.

இந்த இரட்டையர்கள், யாராலும் தகர்க்க முடியாத இரட்டைக் கோபுரங்கள்!

எரிந்துகொண்டிருக்கும் ரசனை நெருப்பு

பட்டுக்கோட்டை பிரபாகர்

அன்புள்ள உங்களுக்கு...

வணக்கம்!

முன்பெல்லாம், தொலைக்காட்சியில் நிகழ்ச்சிகளுக்கு நடுவில் குறுக்கிடும் விளம்பரங்களால் எரிச்சலுற்று அடுத்த சானலுக்குத் தாவுவார்கள்!

ஆனால் இப்போது, அழகழகான, சுவாரசியமான விளம்பரங்கள் அப்படித் தாவவிடாமல் செய்கின்றன. அதாவது மக்கள்மத்தியில் விளம்பரங்களும் ஒரு பேசு பொருளாகிவிட்டன!

சமூக ஊடகங்களில், தான் ரசித்த விளம்பரங்களைப் பகிர்ந்து கொள்கிறார்கள்; சில விளம்பரங்களைக் கண்டிக்கிறார்கள்.

ரசித்த விளம்பர வாசகங்களை, மக்கள் இயல்பாக உரையாடல்களில் பேசுகிறார்கள்.

பத்து விநாடி, இருபது விநாடி பாடல்கள் மனதில் நங்கூரமடித்து உட்கார்ந்துவிட... அந்தப் பாடல்களையும் திரைப்பாடல்களைப் போலவே பாடவும்செய்கிறார்கள்.

'வாஷிங் பவுடர் நிர்மா..!' பாடலை மறக்க முடியுமா?

'ஆரோக்ய வாழ்வையே காப்பது லைபாய்... லைபாய் இருக்குமிடம் ஆரோக்கியம் இருக்குமிடம்... லை... பாய்!'

கிரைப் வாட்டர் விளம்பரத்தில் வரும் 'நீ குழந்தையா இருக்கச்சே க்ரைப் வாட்டர்தான் கொடுத்தேன்' என்கிற வசனத்தை மறக்க முடியுமா?

'நான் வளர்கிறேனே மம்மி!', 'புள்ளி ராஜாவுக்கு எய்ட்ஸ் வருமா?'

இப்படி எத்தனையெத்தனை..?!

விளம்பரப் படத்தை, டி.வி. நிகழ்ச்சிகளோடு சேர்த்து ரசிக்கச் செய்து, வாழ்க்கையில் ஓர் அங்கமாக்கியவர்களில் தமிழ்நாட்டில் முக்கியமானவர்கள், இயக்குனர்கள் ஜேடி மற்றும் ஜெர்ரி.

இவர்கள் இயக்கிய விளம்பரப் படங்கள் எவையெவை? நீங்கள் மிகவும் ரசித்த விளம்பரங்களில் பெரும்பான்மையானவை இவர்கள் சிந்தனையில் உருவானவையாகத்தான் இருக்கும்...

'கேளுங்க... கேளுங்க... கேட்டுக்கிட்டே இருங்க..!'

'சல்யூட்... ராம்ராஜுக்கு சல்யூட்!'

'வீட்டுக்கு வீடு சன் டைரக்ட்!'

'ஆடியில் அடிக்குதும்மா அதிர்ஷ்டக் காத்து!'

'நேச்சர்பவர் பியூட்டி சோப்!'

'எல்லாமே டபுளா கிடைச்சா?'

'இனி எங்களுக்கும் ஒரு குழந்தை..!'

'கிஸ்... கிஸ்... கிஸ்கால் டி.எம்.டி கம்பிகள்!'

நம்முள் ஆழமாகப் பதிந்த இந்த விளம்பர வரிகளைப் படிக்கும்போதே அந்த விளம்பரப் படம் மனத்திரையில் ஓடுகிறதல்லவா? அப்படிப் பதியவைத்தவர்கள் இவர்களே.

சினிமா படத்துக்கான உழைப்பிற்குக் கொஞ்சமும் குறைந்ததல்ல விளம்பரப் படத்துக்கான உழைப்பும். சினிமாவில் இருக்கும் அதே 23 கலைத்துறைகளையும் விளம்பர உருவாக்கத்திலும் பயன்படுத்துகிறார்கள்.

10, 20, 30 விநாடி விளம்பரப்படங்களைத் தயாரிக்க அதன் பின்னணியில் உள்ள மெனெக்கெடல்களை நானறிவேன்; இந்தப் புத்தகத்தைப் படிக்கும்போது நீங்களும் அறிவீர்கள்.

நூற்றுக்கணக்கான விளம்பரப் படங்களை உருவாக்கியிருக்கும் ஜேடி–ஜெர்ரி ஜோடியின் பிரமாண்ட வெற்றிக்குக் காரணம் என்று நான் பார்ப்பது... உள்ளே திமிறிக்கொண்டு இருக்கும் அந்தத் தேடல் ஆர்வமும், எரிந்துகொண்டே இருக்கும் ரசனை நெருப்புமே!

இவர்களை, இவர்கள் இயக்கிய சினிமாக்கள், எடுத்த விளம்பரங்கள், எழுதிய புத்தகங்கள், ஊடகங்களில் வந்த செய்திகள் மூலம் அறிந்திருந்தபோது ஏற்பட்டிருந்த மதிப்பு, இவர்களுடன் ஒரு திரைப்படத்தில் இணைந்து பணியாற்றியபோது பல மடங்காகியது!

200 சதவிகித ஈடுபாடும், அர்ப்பணிப்பும் முதல் பலம். எவரின் திறமையையும் ரசிக்கும், மதிக்கும், அங்கீகரிக்கும் மேன்மையான குணம் அடுத்த பலம். தங்களைப் புதுப்பித்துக்கொண்டேயிருக்கும் துறுதுறுப்பும், சமரசமில்லாத தரம் பற்றி மட்டுமே யோசித்து முடிவெடுக்கும் திறனும் கூடுதல் பலங்களாக நான் பார்க்கிறேன்.

இந்தப் புத்தகத்தில் தங்கள் விளம்பரப்பட உலக அனுபவங்களைப் பகிர்ந்துகொண்டிருக்கிறார்கள். நியாயமாகப் பார்த்தால், சினிமா மற்றும் ஊடகப் பாடங்களைக் கற்றுத் தரும் அத்தனைக் கல்லூரிகளிலும் பாடமாக வைக்கத் தகுதியுள்ள நூல் இது. மிகையில்லை. நாமே அனுபவப்பட்டு அறியும் ஞானத்தைவிட அடுத்தவரின் அனுபவத்திலிருந்து அடையும் ஞானம் மதிப்பானது. சுவையானதும் கூட.

இருபது ஆண்டுகளுக்கும் மேலான, தங்கள் ஊடகத்துறை அனுபவங்களை ஜூஸ் மாதிரி பிழிந்து வைத்திருக்கிறார்கள்... பருகுவதற்கு என்ன தடை?

படித்தபோது பல இடங்களில் புருவம் உயர்த்தி பிரமித்தேன்! பெரிய நட்சத்திரங்களாக மின்னும் பலரையும், முதலில் இவர்கள்தான் விளம்பரப் படங்களில் அறிமுகப்படுத்தி இருக்கிறார்கள் என்கிற உண்மையும், தமிழ்நாட்டில் 60 தொழில் நிறுவனங்கள் தங்கள் முதல் விளம்பரப் பட வாய்ப்பை இவர்களுக்குத்தான் தந்திருக்கிறார்கள் என்கிற தகவலும், உடனே இவர்களுடன் கைகுலுக்க நினைக்க வைக்கும். அடுத்தச் சந்திப்பில் சானிடைஸர் போட்டுத் துடைத்து விட்டு கை குலுக்கத்தான்போகிறேன். இந்தப் புத்தகத்தின் கடைசிப் பகுதியில் முத்திரை வாக்கியமாக இப்படிச் சொல்கிறார்கள்:

"கண்ணையும் காதையும் திறந்து வை! காலம் கற்றுக்கொடுப்பதை மனதில் சேமித்து வை!"

இந்த வாசகம், எந்தத் துறையிலும் வெற்றிதாகத்துடன் நுழைகிற இளைஞர்களுக்கான நம்பிக்கை வாசகம்!

இவர்கள் இதையே ஒரு ஜிங்கிளாக எடுத்துக்கொண்டு நல்ல டியூனில் சரியானதொரு விளம்பரத்துக்குப் பயன்படுத்தலாம் என்பது என் யோசனை!

இந்தப் புத்தகத்துக்கு முன்னுரை எழுதச் சொன்னதன் மூலம், உங்கள் அனுபவங்களை அறியும் ஒரு நல்ல வாய்ப்பைத் தந்தமைக்கு நன்றி!

இந்தப் புத்தகத்துக்கு முன்னுரை எழுதச் சொன்னதன் மூலம் உங்கள் அனுபவங்களை அறியும் ஒரு நல்ல வாய்ப்பைத் தந்தமைக்கு நன்றி!

'என்னடா இரண்டு முறை வருகிறதே... சரியாக ப்ரூஃப் பார்க்காமல் விட்டுவிட்டார்களோ?' என்று நினைக்க வேண்டாம்... இரண்டுபேர் அல்லவா? ஆகவே, இரண்டு தனித்தனியான நன்றி திரு.ஜேடிக்கும், திரு.ஜெர்ரிக்கும்!

விளம்பரம் சூழ் உலகின் தாதாக்கள் ஜேடி-ஜெர்ரி

ஒளிப்பதிவாளர் ரவிவர்மன்

விளம்பரப்படம். விளம்பரங்கள் இல்லாத ஓர் இடம்கூட இந்த உலகில் இல்லை. இயற்கையே விளம்பரங்களின் ஆதிமூலமாக இருக்கிறது. மழை வருவதற்கும் முன்னே வரும் மேகங்கள் ஒரு விளம்பரம்! புயல் வருவதற்கு முன்னே வரும் காற்று ஒரு விளம்பரம்! பூ பூத்திருப்பதைச் சொல்லும் வாசம் ஒரு விளம்பரம்! கரு உற்பத்தியின்போது பெண்மையின் நாட்கள் கடத்தப்படுவது ஒரு விளம்பரம்..! இப்படி விளம்பரங்களால் சூழப்பட்ட உலகில் வாழும் ஒரு மனிதன், ஒன்று தன்னை முன்னிலைப்படுத்தி பேசுவான் அல்லது அவனை முன்னிலைப்படுத்தி ஒரு சூழ்நிலை உருவாகும். தான் பேசுவது ஒரு விளம்பரம் என்றால் தன்னைப்பற்றி பேச வைப்பதும் இன்னொருவகை விளம்பரம். இரண்டுமே விளம்பரங்களின் வெவ்வேறு வடிவம்தான். ஆனால் மற்றவற்றை விளம்பரப்படுத்தியன் மூலம் பிரபலமானவர்கள் ஜேடி-ஜெர்ரி.

இந்தியாவின் தென்கோடி பகுதியில் ஐம்பது பைசாவுக்கு விற்கப்படும் ஒரு காய், அமெரிக்காவின் வடகோடி பகுதியில் இருக்கும் ஒரு சூப்பர் மார்கெட்டில் அதே காய் ஐநூறு ரூபாய்க்கு பிளாஸ்டிக் பேக்கில் அடைத்து விற்கப்படுவது வரை ஒரு பொருளை உலகம் முழுவதும் கொண்டு சேர்ப்பதில் விளம்பரங்களின் பங்கு இருக்கிறது. ஒவ்வொரு நொடிக்கும் ஒரு புதிய பொருள் தயாரிக்கப்பட்டுக்கொண்டிருக்கும் இன்றைய உலகில் எது நல்ல பொருள் என்பதைத் தேடிக் கண்டடைவதற்குள் ஒரு யுகமே முடிந்துவிடும். ஆனால், ஒரு தொலைக்காட்சியின் முன்னால் ஐந்து நிமிடம் உட்காரும்போது ஐம்பது பொருட்களைப் பற்றி அறிந்துகொள்ள முடிகிறது. அதன்மூலம் நாம் நமக்கு விருப்பான ஒன்றைத் தேர்வு செய்துகொள்ள முடிகிறது.

இப்படி ஒரு பொருளை மக்களிடம் கொண்டு சேர்ப்பதற்கு எடுக்கப்படும் விளம்பரப்படங்கள் பத்து நொடிகள் முதல் ஒரு நிமிடம் வரை நீடிக்கக்கூடியவை. இந்தக் குறுகிய நேரத்தில் மக்களைக் கவரும் வண்ணம் ஒரு கதையைச் சொல்ல வேண்டும். ஆக, வைக்கும் ஒவ்வொரு ஷாட்டும் கதையை நகர்த்த வேண்டும். குறிப்பாக, தமிழ்நாட்டில் எடுக்கப்படும் விளம்பரங்களில் உள்ள சவால் என்பது இன்னும் அதிகம். முதலாளிகளையும், எல்லா தொழில்நுட்பக் கலைஞர்களையும் விளம்பரத்தன்மையோடு ஒருங்கிணைத்து, ஒரு புள்ளியில் சேர்த்து, 30 நொடிக்குள் ஒரு விளம்பரத்தை எடுப்பதற்கு, ஓர் இயக்குனர் முழுநீள திரைப்படத்தை எடுப்பதற்கு இணையான வேலையைச் செய்ய வேண்டியுள்ளது. ஒரு சிறந்த CO ORDINATOR ஆகவும் MIND COLLECTOR ஆகவும் இருப்பவர்களே சிறந்த இயக்குனர்களாக பரிணமிக்க முடிந்திருக்கிறது.

ஜேடி–ஜெர்ரி அவர்களைக் கடந்த இருபது ஆண்டுகளாக கவனித்துக்கொண்டு வருகிறேன். அவர்கள் வேலையின்போது சிறந்த நிர்வாகிகளாக இருப்பார்கள். வேலை முடிந்தபிறகே நண்பர்களாகத் தெரிவார்கள். செயற்கையின்றி, ஒவ்வொரு விளம்பரங்களையும் மிக யதார்த்தமான ஒன்றாக எளிய மக்களும் உணரும் விதமாக மாற்றியமைத்தவர்களில் இவர்கள் முக்கியமானவர்கள். ஒரு பொருள் விளம்பரப்படுத்தப்படும் என்றால், அது விலை அதிகமாக இருக்கும் என்ற மக்களின் மனநிலையை மாற்றி அவற்றை மக்களிடம் கொண்டு சென்று, அவர்களை கடைகளை நோக்கி வரச் செய்தலில் இருவருக்கும் மிகப்பெரும் பங்குண்டு. அதேபோல விற்பன்னர்களை விளம்பரத் தூதுவர்களாக்கிய பெருமையும் இவர்களுக்கு உண்டு.

ஒரு விளம்பரம் வெளியாகும்போது, ஒன்று அந்த விளம்பரத்தில் நடித்த கலைஞர்கள் பேசப்படுவார்கள் அல்லது அந்தப் பொருள் பேசப்படும். ஆனால், விளம்பரங்கள் மூலமே தங்களை நிலைநிறுத்திக்கொண்டவர்கள் ஜேடி–ஜெர்ரி. அவர்களுடன் பல விளம்பரங்களில் நானும் பங்கு வகித்திருக்கிறேன். அவர்கள் எடுக்கும் ஒவ்வொரு விளம்பரப்படமும் முந்தைய விளம்பரங்களை விட இன்னும் சிறப்பாகவே இருக்கும். ஒவ்வொரு படத்துக்கும் தங்களைப் புதுப்பித்துக்கொண்டு அடுத்தக் கட்டத்தை நோக்கி வளர்ந்துகொண்டே இருக்கிறார்கள். இத்தனை வருடங்களாக அவர்கள் நீடித்திருப்பதற்கு, நல்ல ரசிப்புத்தன்மையோடும் சிந்தனையோடும் உள்ள புத்தகப்புழுவாக இருப்பதே காரணம்.

எந்தவொரு விசயத்தை எடுத்துக்கொண்டாலும் அதன் ஆதியை நன்கு அறிந்தவர்களாக இருப்பது ஜேடி-ஜெர்ரி அவர்களது வெற்றியின் ரகசியம்.

இன்றைய முன்னணி கதாநாயகிகள் பலர் இவர்களின் விளம்பரப் படங்கள் மூலம் முன்பே மக்களிடம் அறியப்பட்டவர்கள். சினிமாத்துறை, விளம்பரத்துறை என தனித்தனியாக இயங்கிக் கொண்டிருந்தவற்றை மாற்றி சினிமாவில் இயங்கிக்கொண்டிருந்த பல தொழில்நுட்பக் கலைஞர்களை விளம்பத்துறையில் கால்பதிக்க வைத்ததை இந்தப் புத்தகத்தைப் படிக்கும்போது அறிய முடிந்தது. எல்லாவற்றையும் ஒரே புத்தகத்தில் அடக்கிவிட முடியாது என நினைத்ததாலோ என்னவோ, முத்தாய்ப்பான சிலவற்றை மட்டும் இந்தப் புத்தகத்தில் சொல்லியிருக்கிறார்கள். மொத்தத்தில் சினிமா கலைஞர்களுக்கு இவர்கள் ஒரு பலசரக்குக்கடை.

ஒரு குழந்தை கருவாக உருவாகும்போது கொண்டாடுகிறோம். அது பிறக்கும் தருவாயில் வளைகாப்பு நிகழ்ச்சி நடத்துகிறோம். குழந்தை பிறந்தவுடன் பெயர் வைபவம் நடத்துகிறோம். பூப்படைவதில் தொடங்கி கல்யாணம் வரை எல்லாவற்றுக்கும் பத்திரிகை அடிக்கிறோம். இறப்பைக்கூட இங்கு தண்டோரா அடித்து அறிவிக்கிறோம். வாழ்வில் ஒவ்வொரு நிலையிலும் விளம்பரங்களோடு இந்தச் சமூகத்தில் வாழ்ந்துகொண்டிருக்கிறோம்.

நட்பு, இலக்கணம் இரண்டுக்கும் உதாரணமாக வாழ்ந்து கொண்டிருக்கும் ஜேடி-ஜெர்ரி, இந்த விளம்பர சூழ் உலகில் வித்தககர்கள்!

பாசிட்டிவ் பார்வை

சுரேஷ் பால்
Head of the department(Retd),
Visual communication, Loyola College, Chennai

இந்தியாவைப் பொறுத்த அளவில், இந்த இன்டர்நெட் யுகத்திலும் மிகவும் சக்தி வாய்ந்த விளம்பர வகையாக இருப்பது தொலைக்காட்சி விளம்பரங்களே! பெரும்பாலான நிறுவனங்கள் தங்கள் வியாபார வளர்ச்சிக்கு தொலைக்காட்சி விளம்பரங்களையே நம்பியுள்ளன. சமூக விழிப்புணர்வு சார்ந்த கருத்துகளும்கூட தொலைக்காட்சியில் சமூக விளம்பரங்களாக ஒளிபரப்பப்படுகின்றன. விளம்பர ஊடகங்களிலும் அதிக வருவாயை ஈட்டித் தரும் விளம்பர வகையாக தொலைக்காட்சி விளம்பரங்களே உள்ளன. ஆண்டுக்குச் சுமார் 2000 கோடி புழங்கும் பெரும் துறையாக விளம்பரத்துறை உள்ளது.

தொலைக்காட்சியுடனான நமது உறவு தொடங்கி சுமார் ஏழுபது ஆண்டுகளுக்கும் மேலாகிவிட்டன. 1959ம் ஆண்டு இந்தியாவுக்குள் தொலைக்காட்சி வந்தது. 1970 வரை அதில் விளம்பரங்கள் பெரிதாக இடம் பெறவில்லை. 1974ல் விளம்பரதாரர் நிகழ்ச்சிகள் அனுமதிக்கப்பட்டன. ஆனால், காட்சி வண்ணமயமாக மாறியது. இந்தக் காலகட்டத்தில் தொலைக்காட்சி நேயர்களின் எண்ணிக்கையும் கோடிகளில் கூடத் தொடங்கியது.

விளைவாக விளம்பரதாரர்கள் தொலைக்காட்சியை முற்றுகை யிடத் தொடங்கினர். 90களில் செயற்கைக் கோள் தொழில்நுட்பம் தொலைக்காட்சியின் வீச்சை அதிகப்படுத்தியது. பல்வேறு தனியார் தொலைக்காட்சி அலைவரிசைகள் தொடங்கப்பட்டன. வானொலியைப்போல இந்திய நிலபரப்பு முழுவதையும் தொலைக்காட்சி நிறைத்தது. வாரத்தில் ஓரிரு முறை, சில மணித்துளிகளே இயங்கி வந்த தொலைக்காட்சி, இன்று சுமார் 1000

அலைவரிசைகளில் 24x7 இயங்கி வருகின்றது; இந்திய மக்களின் வாழ்வில் பிரிக்கமுடியாத ஓர் அங்கமாக மாறிவிட்டது.

அண்மைக் காலங்களில் இணைய வசதி கொண்ட 'ஸ்மார்ட்'ஆக மாறியள்ளது மட்டுமல்ல, ஒளிபரப்புத் தொழில்நுட்பத்திலும் 4ஜி, 5ஜி என மிக வேகமாகப் பாய்ச்சலெடுத்து வருகின்றது. சினிமா பார்க்கும் அனுபவத்தைக் கொடுக்கும் வகையில் தொலைக்காட்சித் திரையும் அளவில் பெரியதாகி வருகின்றது. அதற்கேற்ப ஒலி–ஒளி தொழில் நுட்பமும் கூடிக்கொண்டே போகின்றது. இன்றும் தீபாவளி, பொங்கல் விற்பனையில் மொபைல் போன்களுக்கு அடுத்து தொலைக்காட்சிப் பெட்டிகளும் இடம்பிடிக்கின்றன! இது கூடிக்கொண்டே போகும் தொலைக்காட்சியின் கவர்ச்சியைத்தான் சுட்டிக் காட்டுகின்றது.

இந்தப் பின்னணியில்தான் தொலைக்காட்சி விளம்பரங்களின் வளர்ச்சியையும் நாம் காண வேண்டியுள்ளது.

இன்று தொலைக்காட்சி நிகழ்ச்சிகளுக்கு ஈடாக அதனிடையே இடம் பெறும் விளம்பரங்களும் கவனம் பெறுகின்றன. சொல்லப் போனால் 'நிகழ்ச்சிக்கு இடையில் விளம்பரங்கள் என்பது போய் விளம்பரங்களுக்கு இடையே நிகழ்ச்சிகள் இடைச்சொருகலாக வருகின்றனவோ!' என சொல்லத் தக்க வகையில் தொலைக்காட்சியில் விளம்பரங்களின் ஆதிக்கத்தைக் காண முடிகின்றது. 'இன்றைய நுகர்வுக் கலாசாரத்தின் தீவீர பிரசாரங்களாக தொலைக்காட்சி விளம்பரங்கள் செயல்படுகின்றன' என ஆய்வாளர்கள் குறிப்பிடுகின்றனர்.

பல்வேறு ஊடக வடிவங்கள் இருக்க, தொலைக்காட்சி விளம்பரங்களின் மேல் அதிக கவனம் குவிக்கப்பட காரணம் அதன் வடிவத்தின் தன்மைதான். தொலைக்காட்சி விளம்பரங்கள் ஒலி–ஒளி கொண்டவை. எனவே, பார்த்து, கேட்டு எளிதாக அதை அனுபவிக்க முடியும். மேலும் இந்த வகை விளம்பரங்கள் வீட்டுக்குள்ளேயே ஒளிபரப்ப முடியும். வயது, பால், கல்வியறிவு என எந்த வித்தியாசங்களுமின்றி எவரையும் இது எளிதில் சென்றடைய முடியும். திரும்பத் திரும்ப ஒளிபரப்ப முடியும்.

நேயர்களுக்குப் பிடித்த நேரத்தில் ஒளிபரப்ப முடியும். தெரிந்த மொழியில் ஒளிப்பரப்ப முடியும். தொடர்கள் விளையாட்டுப் போட்டிகள் ரியாலிட்டி சோக்கள் போன்றவற்றுடன் ஒளிபரப்பும் வகையில் அதன் பயன் விளம்பரப்படுத்தப்படும் பொருளுடன்

இணைக்க முடியும்... போன்ற பல்வேறு கூறுகள் தொலைக்காட்சி விளம்பரங்கள் முக்கியமானதொரு விளம்பர வடிவமாக மாற்றியுள்ளன.

ஆனால் விளம்பரப் படங்களின் தயாரிப்பு என்பது எளிதானது அல்ல. விளம்பரப் படங்களின் தயாரிப்பு செலவு என்பது மிகவும் அதிகம். மேலும் ஒளிபரப்பு செலவும் அதிகம். ஒருமுறை தயாரித்துவிட்டால் மாற்றங்கள் ஏற்படுத்துவது கடினம். தயாரிப்புக் காலமும் அதிகம்... போன்ற சவால்களும் இதில் உண்டு. எனினும் பிறவகை விளம்பர வடிவங்களைவிட தொலைக்காட்சி விளம்பரங்களின் செல்வாக்கும் தாக்கமும் அதிகம் என்பதால் இந்தத் துறை தொடர்ந்து வளர்ந்து வருகின்றது.

இன்று இணையவழி விளம்பரங்கள் இதன் இடத்தைப் பிடித்து வருகின்றன. மேலை நாடுகளில் தொலைக்காட்சி விளம்பரங்களின் செல்வாக்கு இளைய தலைமுறையினரிடம் குறைந்து வருவதை ஆய்வு முடிவுகள் கூறுகின்றன. இந்தியாவைப் பொறுத்த அளவில் இத்தகைய போக்குகள் தென்படத் துவங்கி யிருந்தாலும், தொலைக்காட்சி விளம்பரங்கள் தனக்கான அசைக்க முடியாத செல்வாக்கை தொடர்ந்து தக்கவைத்துக்கொண்டே உள்ளன.

தினந்தோறும் நூற்றுக்கணக்கான விளம்பரங்கள் தொலைக்காட்சி நேயர்களைத் திக்குமுக்காட வைக்கின்றன. ஒரு விளம்பரப் படத்தின் நீளம் ஒரு சில வினாடிகள்தான் என்றாலும் விளம்பரப் படங்களின் தயாரிப்பு என்பது எளிதானதல்ல. இந்த விளம்பரப் பெருங்கடலில் தாங்கள் தயாரிக்கும் விளம்பரம் மக்களைக் கவர வேண்டும். அப்போதுதான் அதை கவனித்துப் பார்ப்பார்கள். பின், அது அவர்களின் மனதில் இடம் பெற வேண்டும். விளம்பரப்படுத்தப்படும் பொருளின் மதிப்பை அவர்கள் மனதில் தக்க வைக்க வேண்டும். அப்பொருளை நுகர்வது நோக்கி நகர்த்த வேண்டும். இவற்றையெல்லாம் செய்யும்போதுதான் அந்த விளம்பரம் வெற்றியடைகின்றது.

ரிமோட் மூலம் எந்தவொரு கணமும் விளம்பரங்களைத் தாண்டிச் சென்றுவிடக் கூடிய ஒரு சூழலில் இந்த வெற்றி என்பது எளிதாக வருவது அல்ல. விளம்பரங்களின் ஆயுள் ஒரு சில வினாடிகளில் நிர்ணயிக்கப்பட்டுவிடுகின்றது. கவனிக்க எதுவும் இல்லையென்றால் நமது கவனம் சிதறிப்போய்விடுகின்றது. யூட்யூப் போன்ற தளங்களில் நம்மைக் கட்டாயப்படுத்தி சில

வினாடிகளேனும் விளம்பரங்களைப் பார்க்க வைக்கிறார்கள். அந்த வசதி தொலைக்காட்சி விளம்பரங்களுக்குக் கிடையாது. ஒரு விளம்பரப்படமே தன்னை நிலை நிறுத்திக்கொள்ள வேண்டியிருக்கின்றது. இத்தகைய கடும் சவால்களைக் கடந்து நம் நினைவில் நிற்கும் விளம்பரங்களைத் தயாரிப்பது என்பது, படைப்பாற்றலும் தொழில்நுட்பமும் சரியான விகிதத்தில் சந்தித்துக்கொள்ளும் புள்ளிகளில்தான் சாத்தியப்படுகின்றது.

அந்தவகையில், 'உங்கள் நினைவில் இருக்கும் விளம்பரங்களைப் பட்டியலிடுங்கள்?' என்று கேட்டால் எல்லார் பட்டியலிலும் இடம் பெறும் பெரும்பான்மையான விளம்பரங்களைத் தயாரித்திருப்பது ஜேடி–ஜெர்ரி. கடந்த இருபது ஆண்டுகளுக்கும் மேலாக இவர்களது மீடியா பார்க் நிறுவனம் பல முன்னணி நிறுவனங்களுக்கு மக்கள் மனதைக் கொள்ளை கொண்ட விளம்பரங்களைத் தயாரித்துள்ளது. தொலைக்காட்சி விளம்பரப் படங்களில் இந்த நிறுவனம் சாதித்தது அநேகம். அவற்றில் பிரபலமான ஒரு சில விளம்பரங்களின் தயாரிப்புப் பின்னணியைக் குறித்த மலரும் நினைவுகளே இந்த நூல்.

ஊடகங்கள் பெரும் வளர்ச்சி பெற்றுள்ள தமிழ்நாட்டில், திரை ஊடகம் தவிர்த்து, பிற ஊடகங்கள் குறித்து தமிழ் நூல்கள் மிகவும் குறைவு; விளம்பரங்கள் குறித்த நூல்கள் அவற்றிலும் குறைவு. குறிப்பாக ஊடகவியலாளர்களோ தயாரிப்பு நிறுவனங்களோ தங்கள் விளம்பர உலக அனுபவங்களைப் பகிர்ந்துகொள்ளும் நூல்கள் மிகவும் அரிது. அந்தவகையில், இந்த நூல் தமிழில் ஒரு முன்னோடி முயற்சி.

சரவணா ஸ்டோர்ஸ், சென்னை சில்க்ஸ், போத்தீஸ் என தமிழகத்தின் முன்னணி நிறுவனங்கள் மட்டுமின்றி, சென்னை காவல்துறைக்கும், தி.மு.க. கட்சிக்கும்கூட விளம்பரப் படங்கள் எடுத்துத் தந்துள்ளனர். இவ்வாறான விளம்பரப் படத் தயாரிப்புகளின் போது எதிர்கொண்ட இடர்கள், சுவையான சம்பவங்கள் என விரிகின்றது இந்த நூல்.

ஒவ்வொரு தயாரிப்பின்போதும் உறுதுணையாக இருந்தவர்கள், அவர்களின் ஆளுமைகள், பங்களிப்புகள் என படம் பிடிக்கிறது. தயாரிப்பின்போது உறுதுணையாக இருந்த தொழில்நுட்பக் கலைஞர்களையும் மறவாமல் பதிவு செய்திருப்பது கூடுதல் சிறப்பு.

தொலைக்காட்சி விளம்பரத் தயாரிப்பு என்பது ஒரு கூட்டு முயற்சி என்பது நூலின் பல இடங்களில் வலியுறுத்தப்படுகின்றது.

ஒரு 'பளிச்' ஐடியாவை, அனைவரையும் கவரும் விளம்பரப் படமாக உருவாக்க ஒரு வலுவான குழு தேவை. இசை, கேமரா, அரங்கம் அமைப்பு, ஆடை அலங்காரம், நடிப்பு என ஒவ்வொரு துறையிலும் உள்ள நிபுணர்கள் தொழில்நுட்பக் கலைஞர்களை இணைத்துக்கொண்டு குழுவாகப் பணியாற்றியதின் வெற்றிகளே இவர்களது விளம்பரப் படங்கள். மக்களின் ரசனைக்கேற்ற அழகிய மாடல்கள், திரைப் பிரபலங்கள், சுவையான கதைச் சூழல், கலையுலக காட்சியமைப்பு, இதமான இசை இவற்றோடு மனதைக் கவரும் பாடல் வரிகளும் விளம்பரங்களை வெற்றி பெற வைத்திருக்கின்றன. குறிப்பாக எளிமையான வார்த்தைப் பிரயோகங்கள் சரியான இசைக் கோர்வையுடன் வெளிப்படும்போது அது மக்கள் மனதில் நச்சென்று போய் அமர்ந்துகொள்கிறது. 'சரவணா ஸ்டோர்ஸின் பிரமாண்டமாய்', சூரியன் எப்.எம்.மின் 'கேளுங்க கேளுங்க கேட்டுகிட்டே இருங்க', 'ராம்ராஜ் வேட்டிகளின் சல்யூட்' போன்றவை அப்பொருள்களின் பிராண்டிங்குக்கு பெருமளவுக்கு உதவியிருப்பதைக் காண முடிகிறது.

இந்த நூலை வாசிக்கும்போது குறிப்பிடப்படும் விளம்பரங்களின் ஆண்டுகள் பல கழிந்த பின்னும் சட்டென்று நினைவுக்குள் பொறியாய்த் தோன்றி, விளம்பரப் படமாக விரியும்போது அந்த விளம்பரப் படங்களின் தாக்கம் புரிகின்றது.

பன்னாட்டு விளம்பர நிறுவனங்கள், அகில இந்திய விளம்பர நிறுவனங்கள், மும்பை மற்றும் பெங்களூருவை மையமாகக் கொண்டு இயங்கும் விளம்பர நிறுவனங்கள் நிறைந்த விளம்பர உற்பத்தி சூழலில் சென்னையில் இருந்தபடியே கடும் போட்டிகளுக்கு ஈடு கொடுத்து தங்களுக்கான முத்திரையை விளம்பரப் படங்களின் துறையில் தடம் பதித்திருப்பது ஒரு சாதனைதான்!

தங்கள் விளம்பரப் படத் தயாரிப்பு அனுபவங்களை மிகவும் சுருக்கமாக, ஆனால் விறுவிறுப்பான மொழி நடையில் கொடுத்திருப்பது இன்னொரு வகையான விளம்பர யுக்தியாகவே நாம் பார்க்க முடியும்.

இந்த நூலை படிக்கத் தொடங்கும் எவரும் முடிக்காமல் கீழே வைத்துவிட முடியாதபடி, சம்பவங்களை மிக சுவராஸ்யமாக அடுக்கியிருக்கிறார்கள். நம் மனக்கண்ணில் காணும் பிம்பங்களை நிஜக் கண்ணில் காணும்படி பொருத்தமான விளம்பரங்களின் படங்களை இணைத்திருப்பது நூலுக்குக் கூடுதல் கவனத்தைக் கொடுத்திருக்கின்றது.

'30 வினாடி விளம்பரத்தில், ஒரு கதை சொல்ல வேண்டும்; அது ஒரு சிறு புன்னகையை வரவழைக்க வேண்டும்; நம் விளம்பரத்தின் நோக்கம் மக்களிடம் தெளிவாகச் சென்று சேர வேண்டும்; எல்லாவற்றுக்கும் மேலாக ஓர் அழகியல் தன்மை இருக்க வேண்டும். அதை அடையத்தான் போராடிக் கொண்டிருக்கிறோம் எப்போதும்!' என நூலின் ஓரிடத்தில் குறிப்பிடப்படுகின்றது.

இதுதான் இவர்களின் விளம்பரப் படங்களின் சாராம்சமாக தேடலாக இருக்கின்றது. சுவையானக் கதைத் தருணங்கள் மனதில் எளிதில் பதியும்வண்ணம் பாடல்களின் அடிப்படையில் விளம்பரங்கள் அமைப்பது, அதனுள் இந்த மண்ணுக்கேயான பல்வேறு கலாசார கூறுகளைச் சேர்ப்பது, இவற்றின் மூலம் இவர்களது விளம்பரங்கள் வெற்றி விளம்பரங்களாக மாறுகின்றன என்பதையும் இந்த நூல் குறிப்பிடத் தவறவில்லை.

இந்த நூலின் இன்னொரு சிறப்பம்சம் அதன் பாசிட்டிவ் பார்வை. ஒரு புதிய கருத்தாக்கத்தை உருவாக்கி அதை விளம்பரப் படமாகச் செதுக்குவதற்குள் எத்தனை கஷ்டங்கள்! எந்த முனையிலும் சறுக்கிவிட வாய்ப்புகள் உண்டு. எனினும் இந்த நூல் அதன் வெற்றிப் பக்கத்தை மட்டுமே சித்தரிக்கின்றது. படிக்கும் அனைவருக்கும் விளம்பரத் துறை மீது ஒரு ஆர்வத்தையும், ஊடகம் நோக்கி வரும் இளைஞர்களுக்கு நீங்களும் ஜெயிக்கலாம் என்கிற ஆர்வத்தை, நம்பிக்கையை ஊட்டுகின்றது இந்த நூல்.

ஊடகத்துறை மாணவர்களுக்கும், ஊடகவியலாளர்களுக்கும் குறிப்பாக, விளம்பரத்துறையில் பணியாற்றுபவர்களுக்கும் பயனுள்ள நூல் 'விளம்பரப் படம் வேற லெவல்!'

அன்பான நன்றிகள்

பிரியமானவர்களுக்கு,

லாக்டவுன் நேரத்தில், நினைவுக்குறிப்புகளாக எழுதத் தொடங்கிய இந்தக் கட்டுரைகள், இப்போது புத்தக வடிவம் கொண்டிருக்கிறது.

முகப்புத்தகத்தில் வாசிப்பவர்களுக்கு ஏற்ற வகையில், சுருக்கமான நினைவுகளாக இதை எழுதியிருந்தோம். 500க்கும் மேற்பட்ட விளம்பரங்கள் செய்திருந்தாலும் அதிலிருந்து 52 நினைவுகளை இதில் தொகுத்திருக்கிறோம்.

இந்த முப்பது வருட மீடியா பயணத்தில் எத்தனை எத்தனை அனுபவங்கள்! கிட்டத்தட்ட 2000க்கும் மேற்பட்ட சூட்டிங் நாட்கள்... அதற்கான முன்னேற்பாடுகள், கலந்துரையாடல்கள், ஸ்டோரி போர்டுகள்... என்று கிட்டத்தட்ட வருடத்தின் எல்லா நாட்களுமே மீடியாவோடு தொடர்புடைய ஏதோ ஒரு வேலையில் இருந்திருக்கிறோம்.

எல்லா மொழியின் சூப்பர் ஸ்டார்களுடனும் பணிபுரிந்த நேரங்கள்... எல்லா மொழியின் சிறந்த ஒளிப்பதிவாளர்கள், இசை அமைப்பாளர்கள், கலை இயக்குனர்கள், உடை வடிவமைப்புக் கலைஞர்கள் மற்றும் மேக்கப் ஆர்டிஸ்ட் என்று இணைந்து பணியாற்றிய தருணங்கள்... எத்தனை வெற்றிகரமான பிராண்ட் ஓனர்கள், ஏஜென்சிகள், நாங்கள் மீடியாவுக்கு அறிமுகப்படுத்திய இனிய முகங்கள்... என்று எல்லாமும் நினைவுக்கு வந்து போகிறது. இந்தத் தருணத்தில் அவர்களுக்கு எங்களது அன்பையும் நன்றியையும் தெரிவித்துக்கொள்கிறோம்.

தொடர்ந்து இதை முகப்புத்தகத்தில் வாசித்து வந்த நண்பர்கள், “இதைப் புத்தகமாகக் கொண்டுவந்தால், மீடியாவை நோக்கி நாள்தோறும் வந்துகொண்டிருக்கும், ஆயிரக்கணக்கான இளைய சமுதாயத்துக்கு பயனுள்ளதாக இருக்கும்” என்று சொன்னார்கள்.

அதன்படியே அதை விரிவாக்கம் செய்யாமல் அப்படியே புத்தகமாகக் கொடுத்திருக்கிறோம்.

புத்தகத்துக்கு, சிறப்பான முன்னுரை எழுதித் தந்த கவிப்பேரரசு வைரமுத்து அவர்களுக்கு எங்கள் அன்பார்ந்த நன்றி.

அதோடு, அணிந்துரைகள் வழங்கிய எழுத்தாளர் பட்டுக்கோட்டை பிரபாகர், ஒளிப்பதிவாளர் ரவிவர்மன் மற்றும் லயோலா கல்லூரியின் முன்னாள் ஊடகத்துறைத் தலைவர் சுரேஷ் பால் இவர்களுக்கும் எங்களது அன்பான நன்றிகள்.

இதை நிறையப் புகைப்படங்களோடு, அழகியப் புத்தகமாக கொண்டுவரும் டிஸ்கவரி புத்தக நிறுவனத்தின் தலைவர் மு.வேடியப்பன் அவர்களுக்கும் மிகுந்த நன்றி. அதோடு பிழைதிருத்தி வடிவமைத்த டிஸ்கவரி பதிப்பக குழு நண்பர்களுக்கும் எங்களது மனமார்ந்த நன்றிகள்.

ஆயிரம் ஆயிரம் கனவுகளோடு சினிமா, விளம்பரம், எழுத்து இவற்றில் ஆர்வம் கொண்டு, புதிதாக இந்தத் துறைக்கு வரும் இளைய தலைமுறைக்கு, எங்களது அனுபவம், ஒரு துளியேனும் உதவியாக இருக்குமேயானால் எங்களுக்கு அதுவே மிகுந்த மகிழ்ச்சி அளிக்கும் செய்தியாகும்.

(ஒவ்வொரு விளம்பரம் பற்றிய செய்தியோடு, அதன் QR Code கொடுக்கப்பட்டிருக்கிறது. அவற்றை ஸ்கேன் செய்து பார்க்க முடியும்.)

அன்புடன்,
ஜேடி-ஜெர்ரி

பதிப்பாளர் உரை

இது போட்டிகள் நிறைந்த வியாபார உலகம். அதுவும் உலக மயமாக்களுக்குப் பிறகு, புதிய பொருள்கள் அவை உற்பத்தியாகும் அந்தந்த வட்டார, மாநில அல்லது நாட்டு மக்களுக்கானது என்பதைக் கடந்து, உலகம் முழுக்க அந்தப் பொருள்கள் சென்று சேரவும், வியாபாரத்தைப் பெருக்கவும் இன்றையத் தொழில் உலகம் முழுமையாக நம்பி இருப்பது விளம்பரங்களை மட்டுமே. அதற்காகவே பலகோடிக் காணொளிகள் ஒவ்வொருநாளும் தயார் செய்யப்படுகின்றன. அவற்றை சினிமாவின் பெரிய திரையிலும், டிவியின் சின்னத்திரை மற்றும் சமூக ஊடங்கங்கள் மூலம் வெளியிட்டு மக்களைக் கவர மிகவும் மெனக்கெடுகிறார்கள்.

அந்தவகையில் ஜேடி-ஜெர்ரியின் விளம்பர நிறுவனமான ‘மீடியா பார்க்’ இந்தியாவில் பெயர் பெற்று விளங்கும் நிறுவனமாக வளர்ந்திருக்கிறது. தென்னிந்தியா முழுவதும் நூற்றுக்கும் மேற்பட்ட வியாபார நிறுவனங்களுக்கு முதல் விளம்பரப் படங்களை இவர்கள் செய்திருக்கிறார்கள். பல நிறுவனங்களும் ‘ஜேடி-ஜெர்ரியின் கைவண்ணத்தில் செய்தால் அது வெற்றியடையும்’ என நம்புகிறார்கள்.

கடந்த 20 ஆண்டுகளுக்கும் மேலாக இந்த இயக்குநர் இணையின் விளம்பர நிறுவனம், பல புதுமையான உத்திகளைக் கையாண்டு, திறமைமிக்க, புதிய புதிய தொழில்நுட்பக் கலைஞர்களைக் கண்டுபிடித்து அவர்களோடு இணைந்து, குறுகிய கால அளவில் இனிய இசையுடன் எல்லோரையும் முணுமுணுக்க வைக்கும் ஜிங்கில்ஸ் அமைத்து தேர்ச்சி பெற்ற நிறுவனமாக வளர்ந்து வாகை சூடி வருகிறது! பொங்கல் - தீபாவளி - ஆடி போன்ற சீஸனுக்கேற்றபடி பஞ்ச் டயலாக் பாணியிலும், அழகிய ஒருவரிக் கவிதை நடையிலும், பாடல், நடனம் வழியாக விளம்பரங்கள் அமைப்பது இவர்களின் தனிச்சிறப்பாகும்.

இவர்களின் விளம்பரங்களில் நடித்தவர்கள், பின்னர் சினிமாத்திரைக்குச் சென்று ஹீரோ-ஹீரோயின்களாக புகழ்பெற்றவர்கள் கண்கூடு. ஜேடி-ஜெர்ரி அவர்களின் ‘விளம்பரப் படம் வேற லெவல்’ எனும் இந்த நூலில், அவர்கள் கூறியுள்ள அனுபவங்கள், விளம்பர உலகில் ஆர்வம் கொண்டிருக்கும் பல இளைஞர்களுக்கு மிகவும் பயனுள்ளதாக அமையும் என்பது உறுதி.

- பதிப்பாளர்

உள்ளடக்கம்

1. எல்லோர் கண்களும் எங்கள் மீதே... 24
2. தமனும் ஆடி சேலும்... 26
3. பிரம்மாண்டமாய் ஒரு துவக்கம்... 28
4. சல்யூட் என்கிற மந்திர வார்த்தை... 30
5. மம்மூட்டி எனும் மகா நடிகன்... 32
6. சிவகார்த்திகேயன் அன்றும், இன்றும் 34
7. தி சென்னை சில்க்ஸ்... ஆடியிலே... 36
8. தமன்னாவின் முதல் விளம்பரம் சக்தி மசாலா 38
9. MTS மொபைலின் ஓணம்... 40
10. சூரியன் FMமில் D.இமான் 42
11. ஹன்சிகாவின் முதல் விளம்பரம்... 44
12. பாண்டிச்சேரியில்... போத்தீஸ் 46
13. பவர் சோப்ஸ்... 48
14. உலக நாயகனுடன் ஒரு நாள்... 50
15. ஜிகு ஜிகு ரயில் இது... தி சென்னை சில்க்ஸ் 52
16. DMK Election Campaigns 54
17. சமந்தா ஓர் அறிமுகம்... 56
18. ஸ்ரேயா செய்த Painting... 58
19. விக்ரமும், சீயான் விக்ரமும்... 60
20. சுருதியும் திரிஷாவும். 62
21. CADD Centre 64
22. தி சென்னை சில்க்ஸ்... தி.நகர் Relaunch 66
23. லெஜண்ட் சரவணனும்... டிவி நடிகர்களும்... 68
24. மதுரை ராஜ்மஹால் – எப்போதும் மனசில் நிற்கும் பாடல்கள் 70
25. ஸ்ரீ குமரன் தங்க மாளிகை மாப்பிள்ள வர்றார்... 72
26. ஆடுகளத்திற்கு முந்தய டாப்ஸி... 74
27. ராஷி கன்னாவின் signature steps... 76
28. புனித் ராஜ்குமார் தமன்னாவுடன்... 78
29. தங்க மயில் ஓவியா 80
30. ஜோதிகாவும் சரவணா ஸ்டோர்ஸ் தங்கநகை மாளிகையும்... 82
31. We Care for you... 84
32. அஸ்வின் போட்ட ஸ்பின்... 86
33. நமிதாவும் இரும்பு கம்பிகளும்... 88
34. கீர்த்தி சுரேஷும் தீபாவளியும்... 90
35. மம்மூட்டியின் மாறுபட்ட வசனம்... 92
36. பேரழகிகளை ஒன்றிணைத்தபோது... 94
37. அர்ஜுன் எனும் ஜென்டில்மேன்... 96
38. நாலு கதாநாயகிகளும் அட்சயப் பட்டும்... 98
39. ரித்து வர்மா கொள்ளையடித்தால்... 100
40. சம்மர் கலர்ஸ்... 102
41. வெளிநாட்டிலிருந்து சில மாடல்கள்... 104
42. ரம்ஜானும் கிருஸ்துமஸும்... 106
43. பொன்னு விளையற பூமி... 108
44. பரவசமே... 110
45. நிழல் புலி... 112
46. அமலாபாலின் முதல் விளம்பரம்... 114
47. ஐந்து Heroienகளும் ஒரு ஆடம்பர அரங்கமும்... 116
48. தந்தையும் மகனும்... 118
49. காஜலின் சபாஷ் ஆடி... 120
50. நதியாவும் தங்க மயிலும்... 122
51. தமன்னா வீட்டுக்கு வீடு... 124
52. Welcome to media 126

ஆசிரியர் குறிப்பு 128

நான்... ஜேடி – ஜெர்ரி 135

விளம்பரப் படம் வேற லெவல் • ஜேடி-ஜெர்ரி 23

01 எல்லோர் கண்களும் எங்கள் மீதே...

சரவணா ஸ்டோர்ஸ் தங்க நகை மாளிகைக்கு ஒரு சமயம் ஸ்ரேயா Brand Ambassador-ஆகத் தேர்வுசெய்து, தொடர்ந்து வேறு வேறு விளம்பரங்கள் செய்து வந்தோம். பின்னர் சிவ.அருள்துரை தங்களின் Antique jewelleryயை Promotions செய்ய வேண்டும் என்றார்.

அடிப்படையில் அவர் ஒரு மருத்துவர். ஆனால், குடும்பத் தொழிலான, நகைக்கடையைத் தேர்ந்தெடுத்தவர்; மிகப்பெரிய ரசனைக்காரர்; அதிர்ந்து பேசாதவர்; கடுமையான உழைப்பாளி; தொழில் தவிர வேறு சிந்தனை இல்லாதவர். எங்களுக்கு முழு சுதந்திரம் கொடுப்பவர். அவருடைய ஒரே பொழுதுபோக்கு டென்னிஸ்.

இசையமைப்பாளர் இமானுடன் இணைந்து ஒரு கஜல் போன்ற மெட்டில் பாடல் செய்யலாம் என நினைத்தோம். மெட்டும் சிறப்பாக வந்துவிடவே, 'சிவாஜி' திரைப்படத்தில் 'வாஜி... வாஜி...' பாடலைப் பாடிய மதுஸ்ரீயைப் பாட வைக்கலாம் என முடிவு செய்து, மும்பையிலிருந்து

வரவழைத்தோம். ஒரு விளம்பரப் படத்துக்கு இதெல்லாம் சற்றே அதிக பட்ஜெட்டாக இருந்தாலும், கவிக்கோ அப்துல் ரகுமான் சொன்னதைப் போல் 'காதில மதுவைக் காய்ச்சி ஊத்தராயா...' என்பதுபோல் அவர் தமிழை உச்சரிக்கும் அழகோ அழகு!

'சிவாஜி' படத்தில் நாங்களும் வேலை பார்த்ததால் ஏ.ஆர்.ரகுமான் ஸ்டுடியோவில் மதுஸ்ரீக்குத் தமிழ் சொல்லிக்கொடுத்த அனுபவம் உண்டு. அதேபோல், ஸ்ரேயாவின் நட்பும் 'சிவாஜி'யில் கிடைத்ததால், தொடர்ந்து 12க்கும் மேற்பட்ட விளம்பரங்கள் அவருடன் செய்தோம்.

'எல்லோர் கண்களும் எங்கள் மீதே...' என்ற வரி கவனம் ஈர்ப்பதாக அமைந்தது. 'நினைவாலே செய்தது வாழ்க்கைப் பாதை...' என்றெல்லாம் கவிதையாய் ஒரு விளம்பரத்தில் எழுத முடிந்தது.

ஆர்ட் டைரக்டர் மிலன், செட் அமைக்க, கல்யாண் மாஸ்டர் ஆட்டுவிக்க, ரவிவர்மன் ஒளிப்பதிவில் அந்த விளம்பரம் சிறப்பாக வந்தது; பெரிய வெற்றியும் பெற்றது. வெளியான வருடம் 2007.

AD LINK:
https://youtu.be/tZkudKJwygU

02 தமனும் ஆடி சேலும்...

‘சென்னை சில்க்ஸ்’-ன் பல விளம்பரங்களை நாங்கள் தொடர்ந்து செய்து வந்தாலும், ‘ஆடி சேல்’ விளம்பரம் என்பது ரொம்பவே ஸ்பெஷல். வேறு வேறு வடிவில் முயற்சி பண்ணிக்கொண்டிருந்தோம்.

இசையமைப்பாளர் தமன் அப்போது எங்களுக்கு நிறைய ஜிங்கில் செய்து வந்தார். அவரது ஒலிப்பதிவுக் கூடம், நண்பர்கள் கூடும் கூடாரமாகவே இருந்தது. ஒரே அரட்டையும், சிரிப்புமாக இருக்கும். அந்தக் குழுவை அப்படியே விளம்பரத்தில் பயன்படுத்திக்கொள்ள நினைத்தோம்.

தமன், ராகுல் நம்பியார், நவீன், ரீத்தா, ஜனனி (மதன்பாப் மகள்) இன்னும் நிறைய பாடகர்கள் ஒருபுறம். இன்னொரு பக்கம் வேகா, சரண்யா, VJ பூஜா, பலோமா, ரோஷல் (பின்னாளில் Miss. India 2012) என்று ஒரு இளமை பட்டாளத்துடன் படப்பிடிப்பை நடத்தினோம். Pink Colour Palette விளம்பரத்துக்கு ஒரு Cool தன்மையைக் கொடுத்தது.

ரவிவர்மன் ஒளிப்பதிவு, ஆரம்ப நாட்களிலேயே தனித்துவமாக இருக்கும்; அப்படி ஒரு வேகம், அப்படி ஒரு தெளிவு. இன்று இந்தியாவே கொண்டாடும் ஒளிப்பதிவாளர்... அப்போதே ஒளிர்ந்தார்!

தமனும் இன்று 'ஆலவைகுந்தபுரம்' ('புட்ட பொம்மா' பாடல்) என்று தெலுங்கு சினிமாவைக் கலக்கிக்கொண்டிருக்கிறார்! பல திறமையான கலைஞர்களை அந்த நாளிலேயே இனம் கண்டு பயன்படுத்தியது சந்தோஷம் தருகிறது.

AD LINK:
https://youtu.be/p4gX1ULIWVs

03 பிரம்மாண்டமாய் ஒரு துவக்கம்...

பனகல் பார்க் எதிரில் 'சரவணா ஸ்டோர்ஸ்' உதயமாவதற்கு முன்பு, கட்டடம் கட்டிக்கொண்டிருக்கும்போதே, எங்களை அழைத்தார் 'லெஜண்ட்' சரவணன். குடும்பத்துக்குள் பங்கு பிரிவினைகள் முடிந்து அவர் தனியாக கடை ஆரம்பிக்கும் நேரம். ரங்கநாதன் தெருவில் உள்ள 'சரவணா ஸ்டோர்ஸ்'க்கும் அதுவரை நாங்கள்தான் விளம்பரம் எடுத்து வந்தோம்.

ஏழு மாடிகள், ஒவ்வொன்றுக்கும் தனிப்பிரிவு என்று மேல்மாடி வரை சுற்றிக் காண்பித்தார். எதையும் இவர்களிடம் ஒப்படைத்துவிட்டால் அது சரியாக நடக்கும் என்று அவருக்கு எப்போதுமே எங்கள் மீது அளவற்ற நம்பிக்கை. அவர் ஒரு பெரிய கற்பனையாளர். எதையுமே பெரிதாகத்தான் திட்டமிடுவார். அதை ஒரே நோக்கமாக செய்தும் முடிப்பார்.

இல்லாவிடில் ஆளே நடமாடாத சென்னை பாடி பகுதியில் அவ்வளவு பெரிய கடையை அமைத்து, ஜெயிக்க முடியுமா. சில விஷயங்களில்

தீர்மானமாக இருப்பார். அது சரியாகவும் இருக்கும். அவரோடு 20 வருட பயணம்... தற்போது திரைப்படம் வரை தொடர்கிறது.

அந்த முதல் விளம்பரத்துக்கு...

நியூ சரவணா ஸ்டோர்ஸ், பிரம்மாண்டமாய்...
பனகல் பார்க்கில் பிரம்மாண்டமாய்...

என்று ஜிங்கில் எழுதி விஜய் ஆண்டனியோடு கம்போசிங்கில் உட்கார்ந்தோம்.

விஜய் ஆண்டனி முதலில் Trackதான் பாடினார். ஆனால், அவர் குரலே எடுபடும் என நினைத்து படப்பிடிப்பை ஆரம்பித்தோம்.

அப்பாஸ், நிலா, லஷ்மி ராய், மூவரும் நடித்தார்கள். சஞ்சய் லோகநாத் ஒளிப்பதிவு செய்தார். சஞ்சய், இயக்குநர் கே.பாலசந்தரின் ஆஸ்தான ஒளிப்பதிவாளரான லோக்நாத்தின் மகன்; எங்களுக்குப் பல விளம்பரங்கள் செய்திருக்கிறார்; திறமையானவர்.

இந்த ஒரு விளம்பரம் அந்தக் கடையைத் தூக்கி நிறுத்தியது. கடைக்கே 'பிரம்மாண்டமாய்' என்ற ஒரு வார்த்தை தனி அடையாளத்தை உருவாக்கியது. இதுபோல் தமிழ்நாட்டில் 40க்கும் மேற்பட்ட கடைகளின் முதல் விளம்பரத்தை நாங்கள் செய்துள்ளோம். ஏதோ ஒரு Sentiment... தொடர்ந்த அழைப்புகள்.

அதன் பிறகு 'சரவணா ஸ்டோர்ஸ்' விளம்பரம் என்றாலே ஒரு எதிர்பார்ப்பு உருவாகியது. வேறு வேறு பிரபலங்களுடன் நிறைய விளம்பரங்கள் செய்தோம்.

AD LINK:
https://youtu.be/z4ARFoHqZoo

04 சல்யூட் என்கிற மந்திர வார்த்தை...

'ராம்ராஜ் காட்டன்' நிறுவனத்தின் உரிமையாளர் திரு.நாகராஜ் எங்களிடம் விளம்பரத்துக்காக அணுகியபோது, நாங்கள் புதிதாக ஏதேனும் செய்ய வேண்டும் என்று யோசித்தோம். 'சல்யூட்... ராம்ராஜ்க்கு சல்யூட்' என்று வித்தியாசமான ஜிங்கில் செய்து அனுப்பி வைத்தோம். ஏனோ அவருக்கு அப்போது திருப்தியில்லை. பிறகு சென்னை வந்தார். இசையமைப்பாளர் இமான் ஸ்டூடியோவுக்கு அழைத்துச் சென்று, போட்டுக் காண்பித்தோம். அப்படியே அசந்துபோனார். ''இது, இதுதான்... நான் எதிர்பார்ப்பது..!'' என்று குதூகலித்தார்.

பிறகு படப்பிடிப்பை ஆரம்பித்தோம். முதலில் மாடல்களை வைத்து படப்பிடிப்பை நடத்தினோம். பிறகு ஜெயராமை Brand Ambassador-ஆக தேர்வு செய்தோம். கே.வி.ஆனந்த் ஒளிப்பதிவில் இந்த விளம்பரத்தை பாண்டிச்சேரியில் உள்ள ஓர் ஐந்து நட்சத்திர ஹோட்டலில் வைத்து படப்பிடிப்பு நடத்தினோம். வேட்டி அணிந்த ஒருவருக்கு அளிக்கப்படும் மரியாதையைக் காட்சிப்படுத்தினோம். 'வேட்டி' என்பது அந்தஸ்து,

மரியாதை, கௌரவம், கம்பீரம் என்று ஜிங்கில் அமைந்தது. வேட்டிக்கே ஒரு தனிப் பெருமை. இளைஞர்கள், கல்லூரி விழாக்களில் வேட்டி கட்டிப்போகும் அளவுக்கு ஒரு தனி வரவேற்பு கிடைத்தது. ஒரு விளம்பரம், ஒரு Brand-ன் தலையெழுத்தையே மாற்றியது. இன்று 'ராம்ராஜ் காட்டன்' நிறுவனம் பலநூறு கோடி ரூபாய் நிறுவனமாக மாற, முதல் புள்ளி அது. அதுதான் விளம்பரங்களின் வலிமை.

கே.வி.ஆனந்த் அவர்களிடம் Shot சொன்னவுடன் ஒரு சிறுத்தையைப்போல அங்கும் இங்கும் வலம் வருவார். ஏதாவது வித்தியாசமான கோணத்தைத் தேர்ந்தெடுக்க வேண்டி... அவருக்குள் ஒரு இயக்குனரும் எப்போதும் ஒளிந்திருந்தார். அதனால் கோடு போட்டால் ரோடு போடும் லாகவம் அவருக்குக் கைவந்திருந்தது. அவரும் எங்களைப்போலவே ஒரு உணவுப் பிரியர். நல்ல உணவு எங்கிருந்தாலும் அதைத் தேடிச் சுவைக்கும் ஆர்வம். நல்ல நண்பர்.

'சல்யூட்' என்றாலே ராம்ராஜ் வேட்டிகளை ஞாபகப்படுத்தும் அளவுக்கு அந்த விளம்பரம் ஆழமாய் மக்கள் மனதில் பதிந்தது.

AD LINK:
https://youtu.be/-OnAbRoYpI0

05 மம்மூட்டி எனும் மகா நடிகன்...

'**போ**த்தீஸ்' ஜவுளிக்கடையை திருவனந்தபுரத்தில் ஆரம்பிக்க வேண்டும் என்று நினைத்தவுடன், யாரை Brand Ambassador-ஆக ஆக்கலாம் என்று ஒரு பெரிய விவாதம் நடந்தது. 'போத்தீஸ்' ரமேஷ் அவர்கள் மெகா ஸ்டார் 'மம்மூட்டி' என முடிவெடுத்தார். ரமேஷ் சாரைப் பொருத்தவரை மிக சீக்கிரம் முடிவெடுப்பார். அவர் பார்வையில் அப்படி ஒரு தெளிவு, தொலை நோக்கு, திட்டமிடல் இருக்கும். மனிதர்களை எடை போடுவதில் வல்லவர். சோர்வில்லாத உழைப்பாளி.

மம்மூட்டி சாரைப் பார்க்க கொச்சின் சென்றோம். அவருக்கு முதலில் தயக்கம் இருந்தது. பிறகு எங்களுடைய Profile, போத்தீஸின் பாரம்பர்யம்... அவரை Yes சொல்ல வைத்தது.

சென்னையில் படப்பிடிப்பு என்று முடிவானது. ஆர்ட் டைரக்டர் மிலன் உதவியுடன் ஏவி.எம்.மில் ஒரு மிகப்பெரிய அரண்மனை செட் அமைத்தோம். படப்பிடிப்பு நாளன்று மம்மூட்டி சாருக்கு உடைகள்

பிடிக்கவில்லை. நமது உடை வடிவமைப்பாளர் செய்தது தமிழ் அரசர்களின் பாணியாக இருந்தது. அவர் சொல்வதும் சரி என்று தெரியவே, அவசர அவசரமாக புது உடைகளைத் தயார் செய்தோம்.

மம்மூட்டி கேரவனைவிட்டு இறங்குகையில் பிற்பகல் 2 மணி. அன்று அவருக்குப் பிறந்த நாள், 5 மணிக்குப் போகவேண்டும். இந்த 3 மணி நேரத்தில் மின்னலாய் வேலை செய்தோம். ஒவ்வொரு ஷாட்டும் சரியாகத் திட்டமிட்டிருந்தோம். திருவின் ஒளிப்பதிவில் பரபரவென இயங்கினோம். உடன் ஜகதி ஸ்ரீகுமார், மேகி கில் போன்ற பண்பட்ட நடிகர்களின் பங்களிப்பில், குறித்த நேரத்தில் படப்பிடிப்பை முடித்து, மம்மூட்டியை அனுப்பிவைத்தோம்.

திருவின் வேகம் அசாத்தியமானது. ஒரு ஷாட் கூட ஏனோ தானோ என்று எடுக்க மாட்டார். அந்த மெனக்கெடல்தான் அவரது பாணி. எத்தனையோ பெரிய படங்கள் செய்த அனுபவம் மற்றும் சரியான கதைத் தேர்வு செய்யும் அனுபவமிக்க அவரோடு வேலை செய்தது ஒரு மகிழ்ச்சியானத் தருணம்.

எடிட் முடிந்து, டப்பிங்கில் பார்த்த மம்மூட்டி சார் அசந்துதான் போனார். அவ்வளவு நேர்த்தியாய் வந்திருந்தது. இந்த விளம்பரம், கேரளாவில் போத்தீஸ்க்கு ஓர் இடத்தை ஏற்படுத்திக் கொடுத்தது.

மம்மூட்டியுடன் இணைந்து 5 வருடங்களில் 15க்கும் மேற்பட்ட விளம்பரங்கள் செய்தோம். காட்சியை விவரிக்கும்போது கவனிக்காதது போல இருக்கும். ஆனால் டேக்கில் அப்படி ஒரு expression; வசன உச்சரிப்பு; மகா நடிகன்... அதோடு மகா மனிதன்!

AD LINK:
https://youtu.be/o7Wx_-earzk

06 சிவகார்த்திகேயன்... அன்றும், இன்றும்

சிவகார்த்திகேயன் அப்போது விஜய் டிவியில் நிகழ்ச்சித் தொகுப்பாளராக இருந்தார். ஒவ்வொரு சின்ன நிகழ்ச்சியிலும் ஒரு வெளிச்சம் தெரிந்தது. அவரை மாடலாக அறிமுகப்படுத்த நினைத்தோம்.

நாமக்கல் ஸ்ரீனிவாசா நிறுவனம் எங்களை அணுகியபோது, நாங்கள் சிவகார்த்திகேயனை பரிந்துரை செய்தோம். அவர், 'உங்கள் இஷ்டம்' என்று சொல்லிவிட்டார்.

ஒரு பள்ளி மாணவனின் பவ்யத்துடன் படப்பிடிப்புத் தளத்துக்கு வந்தார். மகா புத்திசாலி. 'டக்டக்'கென விஷயங்களை கிரகித்துக் கொள்வார். அவரது நடனத் திறமை, மிமிக்கிரி எல்லாம் கலந்து ஒரு விளம்பரம் செய்தோம். பட்ஜெட் சின்னதுதான். ஆனால், இவரது திறமையால் அந்த விளம்பரம் நாமக்கல் சுற்று வட்டாரத்தில் மிகவும் பிரபலமானது. சில வருடங்களிலேயே 'போத்தீஸ்' Brand Ambassador-ஆக உயர்ந்தார் சிவகார்த்திகேயன்.

இந்த விளம்பரத்தை ஏவி.எம்.மில் ஆர்ட் டைரக்டர் மிலன் செட் அமைக்க, திரு ஒளிப்பதிவு செய்தார்.

சிவகார்த்திகேயன் இப்போது ஒரு STAR. ஆனால் அதே எளிமை, இயல்பு, நேர்மை என எங்களை வியக்க வைத்தது. ஆனால் அவரின் பண்பு, Confidence Level 100% கூடியிருந்தது.

தான் ஒரு பெரிய நட்சத்திரம் என அவர் தலைக்குள் ஏற்றிக்கொள்ளவே இல்லை. அவர் தொடவேண்டிய உயரங்கள் இன்னும் இன்னும் இருக்கிறது.

இந்த விளம்பரம் வெளியான வருடம் 2014.

AD LINK:
https://youtu.be/u4hZs7PqKyI

07 தி சென்னை சில்க்ஸ்... ஆடியிலே...

'**விசில்**' படம் முடிந்த பிறகு, 'தி சென்னை சில்க்ஸ்'லிருந்து ஓர் அழைப்பு... 'ஆடி சேல்க்கு ஒரு விளம்பரம் தயார் செய்ய வேண்டும்' என்று.

விளம்பர உலகிலிருந்து சற்றே இடைவெளி எடுத்திருந்தோம். திரைப்படம் செய்யும் பணிகளுக்காக. ஆனால், இந்த விளம்பரம் செய்துவிட முடிவு செய்தோம்.

அதுவரையில் தயாரித்த தமிழ் விளம்பரங்களின் பாணியிலிருந்து சற்று மாறி உரத்துச் சொல்வது என்று தீர்மானித்தோம்.

ஒரு பட்டுப்புடவை, நகை விளம்பரம்போல் இதை treat பண்ணாமல் ஒரு ஆடி விற்பனைக்கான, உரத்த தொனியில் செய்தோம்.

இமான் இசையில் பறவை முனியம்மாவைக் கூப்பிட்டுப் பாட வைத்தோம்.

ஆடியிலே அடிக்குதும்மா
அதிர்ஷ்டக் காத்து
சல்லிசு காசுல
தள்ளுபடி விலையிலே
சென்னை சில்க்ஸிலே
பொழுதன்னைக்கும் கொண்டாட்டம்!

என்று எளிய மக்களின் மொழியில் ஜிங்கில் அமைத்தோம். மூன்று சென்னை மாடல்கள் பிரார்த்தனா, சுப்ரஜா, சித்தாரா இவர்களுடன் பறவை முனியம்மாவையும் நடிக்க வைத்தோம். சஞ்சய் காமிராவைக் கையாண்டார்.

AVMல் தெரு செட் அப் இருக்கும். அதில் கடையின் முகப்பையும் செட் ஆகப் போட்டோம். இப்போது அந்த இடமல்லாம் ஃபிளாட் ஆகிவிட்டது. AVMன் பல பகுதிகள், திருமண மண்டபமாகவும், மருத்துவமனைகளாகவும் மாறிப்போனது. எத்தனைக் காவியங்கள் படைக்கப்பட்ட இடம்... சங்கடமாக இருந்தாலும் இவையெல்லாம் காலத்தின் கட்டாயம். ஏற்றுக்கொள்ளத்தான் வேண்டும்.

இந்த விளம்பரம் எதிர்பாராத ஹிட் அடித்தது. அந்த வருட சேல், சென்னை சில்க்ஸ்க்கு ரெகார்ட் சேல். இதுவே ஒரு trend setter ஆகவும் மாறியது. இதன் பிறகு இதே பாணியில் பல நூறு விளம்பரங்கள்..!

நாங்களும் இந்த விளம்பர உலகில் பரபரப்பாக மாற இதுதான் முதல் புள்ளி.

AD LINK:
https://youtu.be/LkuQFUOMRqY

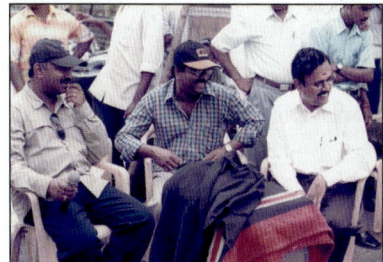

08 தமன்னாவின் முதல் விளம்பரம் சக்தி மசாலா

தமன்னாவின் முதல் விளம்பரம் சக்தி மசாலாவின் 'தனிரகம்'தான். அவர் அப்போது பள்ளி இறுதி வகுப்பு படித்துக்கொண்டிருந்தார் அவரை மாடல் ஆக அதில் அறிமுகப்படுத்தினோம்.

சிறு பெண்ணாய், சினிமாவில் சாதிக்கும் பெரும் கனவுடன், பொங்கும் ஆர்வத்துடன் அவர் இருந்தார்.

அவரது ஆர்வம், நடனத் திறமை ஆகியவற்றைப் பார்த்து பிருந்தா மாஸ்டர் சொன்னார்கள், 'இந்தப் பெண் பெரிசா வருவா' என்று. அது மிகச் சீக்கிரத்திலேயே நிஜமானது.

மாயாஜாலில் செட் போட்டு மணிகண்டன் ஒளிப்பதிவில் படம் பிடித்தோம்.

மணிகண்டன் எங்களது ஆரம்ப டி.வி. நாட்களிலேருந்துகூட பயணிப்பவர். Perfectionist. மிக நேர்த்தியாய் லைட் பண்ணுபவர்.

அவரை இந்தி சினிமா பின்நாளில் அணைத்துக்கொண்டது. மிகச் சிறந்த நகைச்சுவை உணர்வு கொண்டவர். அவர் செட்டில் இருந்தால் சிரித்துக்கொண்டே இருக்கலாம்.

சக்தி மசாலாவுடன் எங்களது பயணம் மிக நீண்டது. சக்தி மசாலா நிர்வாக இயக்குனர் திருமதி சாந்தி துரைசாமி போன்ற அன்பானவரைப் பார்த்தல் அரிது. கருணையும், பிறர் நலமும் அவர்களது பிறவி குணம். அவரும் துரைசாமி அய்யாவும் பல நூறு மாற்றுத் திறனாளிகளுக்கு, வாழ்வாதாரம் அளித்து வருகின்றனர். வருடம் தவறாமல் கோடையில் அனுப்பும் தேர்ந்த மாங்கனிகளும், தீபாவளிக்கு அனுப்பும் சக்தி மசாலா பாக்கெட்ஸ் மற்றும் பலகாரங்களும் அவர்களின் பிரியத்தைச் சொல்லும்.

சில வருடங்கள் கழித்து தமான்னாவை வைத்து அதே ஜிங்கிலின் இன்னொரு வர்ஷன் ஷூட் பண்ணினோம். இப்போது அவர் ஒரு பிரபல நடிகை. ஆனாலும் அதே sincerity, நேரம் தவறாமை, மரியாதையுடன் இருந்தார். ஒருபோதும் காரவனில் உக்கார்ந்து காலம் கடத்துவது அவரிடம் கிடையவே கிடையாது.

அதன்பிறகு தமான்னாவுடன் வேறு வேறு brands, endorsement செய்து 25க்கும் மேற்பட்ட விளம்பரங்கள் செய்தோம்.

சக்தி மசாலாவின் இரண்டு விளம்பரங்களும் உங்கள் பார்வைக்கு...

AD LINK:
https://youtu.be/uikID7ZPkzI

09 MTS மொபைலின் ஓணம்...

நாங்கள் பெரும்பாலும் Direct client adsதான் செய்து வந்தோம். ஒவ்வொரு தலைமை ஏற்று நடத்துபவருக்கும் ஒரு தனிப்பட்ட எதிர்பார்ப்பு, ரசனை இருக்கும். அவரது மனசைப் படிப்பென்பதே ஒரு தனிக் கலை. அவர்களோடு நேரடியாகப் பேசும் போதுதான் இது சாத்தியமாகும்... இந்த campaign, எதை எதிர்பார்க்கிறது என்பதை அறிந்து அதற்கேற்ப conceptகளைத் தயார் செய்வோம்...

சிலசமயம் ஏஜென்ஸி மூலமாக விளம்பரம் செய்வதும் உண்டு. அங்கே பல திறமையான, creative people நமக்கு ஒரு தெளிவானப் பாதையைப் போட்டுக் காண்பித்துவிடுவார்கள். அதன்படி எடுத்தாலே போதும். இந்த MTS mobile, விளம்பர நிறுவனம் மூலமாக வந்தாலும், எங்களது கான்செப்டை அவர்கள் ஏற்றுக்கொண்டார்கள்.

மும்பையில் பிரபலமாக இருந்த கெவின் எனும் மாடலை நடிக்கவைக்கத் தீர்மானித்தோம். கூட மும்பையிலிருந்து ஒரு மாடல்.

ஆடியிலே அடிக்குதும்மா
அதிர்ஷ்டக் காத்து
சல்லிசு காசுல
தள்ளுபடி விலையிலே
சென்னை சில்க்ஸிலே
பொழுதன்னைக்கும் கொண்டாட்டம்!

என்று எளிய மக்களின் மொழியில் ஜிங்கில் அமைத்தோம். மூன்று சென்னை மாடல்கள் பிரார்த்தனா, சுப்ரஜா, சித்தாரா இவர்களுடன் பறவை முனியம்மாவையும் நடிக்க வைத்தோம். சஞ்சய் காமிராவைக் கையாண்டார்.

AVMல் தெரு செட் அப் இருக்கும். அதில் கடையின் முகப்பையும் செட் ஆகப் போட்டோம். இப்போது அந்த இடமல்லாம் ஃபிளாட் ஆகிவிட்டது. AVMன் பல பகுதிகள், திருமண மண்டபமாகவும், மருத்துவமனைகளாகவும் மாறிப்போனது. எத்தனைக் காவியங்கள் படைக்கப்பட்ட இடம்... சங்கடமாக இருந்தாலும் இவையெல்லாம் காலத்தின் கட்டாயம். ஏற்றுக்கொள்ளத்தான் வேண்டும்.

இந்த விளம்பரம் எதிர்பாராத ஹிட் அடித்தது. அந்த வருட சேல், சென்னை சில்க்ஸ்க்கு ரெகார்ட் சேல். இதுவே ஒரு trend setter ஆகவும் மாறியது. இதன் பிறகு இதே பாணியில் பல நூறு விளம்பரங்கள்..!

நாங்களும் இந்த விளம்பர உலகில் பரபரப்பாக மாற இதுதான் முதல் புள்ளி.

AD LINK:
https://youtu.be/LkuQFUOMRqY

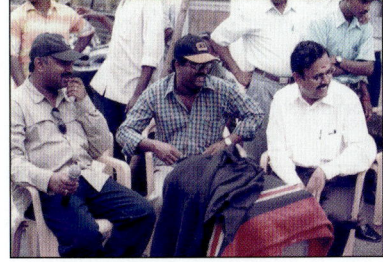

08 தமன்னாவின் முதல் விளம்பரம் சக்தி மசாலா

தமன்னாவின் முதல் விளம்பரம் சக்தி மசாலாவின் 'தனிரகம்'தான். அவர் அப்போது பள்ளி இறுதி வகுப்பு படித்துக்கொண்டிருந்தார் அவரை மாடல் ஆக அதில் அறிமுகப்படுத்தினோம்.

சிறு பெண்ணாய், சினிமாவில் சாதிக்கும் பெரும் கனவுடன், பொங்கும் ஆர்வத்துடன் அவர் இருந்தார்.

அவரது ஆர்வம், நடனத் திறமை ஆகியவற்றைப் பார்த்து பிருந்தா மாஸ்டர் சொன்னார்கள், 'இந்தப் பெண் பெரிசா வருவா' என்று. அது மிகச் சீக்கிரத்திலேயே நிஜமானது.

மாயாஜாலில் செட் போட்டு மணிகண்டன் ஒளிப்பதிவில் படம் பிடித்தோம்.

மணிகண்டன் எங்களது ஆரம்ப டி.வி. நாட்களிலேருந்துகூட பயணிப்பவர். Perfectionist. மிக நேர்த்தியாய் லைட் பண்ணுபவர்.

அவரை இந்தி சினிமா பின்நாளில் அணைத்துக்கொண்டது. மிகச் சிறந்த நகைச்சுவை உணர்வு கொண்டவர். அவர் செட்டில் இருந்தால் சிரித்துக்கொண்டே இருக்கலாம்.

சக்தி மசாலாவுடன் எங்களது பயணம் மிக நீண்டது. சக்தி மசாலா நிர்வாக இயக்குனர் திருமதி சாந்தி துரைசாமி போன்ற அன்பானவரைப் பார்த்தல் அரிது. கருணையும், பிறர் நலமும் அவர்களது பிறவி குணம். அவரும் துரைசாமி அய்யாவும் பல நூறு மாற்றுத் திறனாளிகளுக்கு, வாழ்வாதாரம் அளித்து வருகின்றனர். வருடம் தவறாமல் கோடையில் அனுப்பும் தேர்ந்த மாங்கனிகளும், தீபாவளிக்கு அனுப்பும் சக்தி மசாலா பாக்கெட்ஸ் மற்றும் பலகாரங்களும் அவர்களின் பிரியத்தைச் சொல்லும்.

சில வருடங்கள் கழித்து தமான்னாவை வைத்து அதே ஜிங்கிலின் இன்னொரு வர்ஷன் ஷூட் பண்ணினோம். இப்போது அவர் ஒரு பிரபல நடிகை. ஆனாலும் அதே sincerity, நேரம் தவறாமை, மரியாதையுடன் இருந்தார். ஒருபோதும் காரவனில் உக்கார்ந்து காலம் கடத்துவது அவரிடம் கிடையவே கிடையாது.

அதன்பிறகு தமான்னாவுடன் வேறு வேறு brands, endorsement செய்து 25க்கும் மேற்பட்ட விளம்பரங்கள் செய்தோம்.

சக்தி மசாலாவின் இரண்டு விளம்பரங்களும் உங்கள் பார்வைக்கு...

AD LINK:
https://youtu.be/uikID7ZPkzI

09 MTS மொபைலின் ஓணம்...

நாங்கள் பெரும்பாலும் Direct client adsதான் செய்து வந்தோம். ஒவ்வொரு தலைமை ஏற்று நடத்துபவருக்கும் ஒரு தனிப்பட்ட எதிர்பார்ப்பு, ரசனை இருக்கும். அவரது மனசைப் படிப்பென்பதே ஒரு தனிக் கலை. அவர்களோடு நேரடியாகப் பேசும் போதுதான் இது சாத்தியமாகும்... இந்த campaign, எதை எதிர்பார்க்கிறது என்பதை அறிந்து அதற்கேற்ப conceptகளைத் தயார் செய்வோம்...

சிலசமயம் ஏஜென்ஸி மூலமாக விளம்பரம் செய்வதும் உண்டு. அங்கே பல திறமையான, creative people நமக்கு ஒரு தெளிவானப் பாதையைப் போட்டுக் காண்பித்துவிடுவார்கள். அதன்படி எடுத்தாலே போதும். இந்த MTS mobile, விளம்பர நிறுவனம் மூலமாக வந்தாலும், எங்களது கான்செப்டை அவர்கள் ஏற்றுக்கொண்டார்கள்.

மும்பையில் பிரபலமாக இருந்த கெவின் எனும் மாடலை நடிக்கவைக்கத் தீர்மானித்தோம். கூட மும்பையிலிருந்து ஒரு மாடல்.

திரு காமிரா... ஒரு கேரளா resortல் shoot பண்ணினோம்.

'*எல்லாமே டபுலா கிடைச்சா...*'

பொதுவாக agency approval, பெரிய கண்டம் என்பார்கள். நாங்கள் சுலபமாகக் கடந்து வந்தோம். எல்லாவற்றையும்விட மக்களின் approval தானே முக்கியம்... அது நிறையவே கிடைத்தது.

AD LINK:
https://youtu.be/6JxYeY3mYi4

10. சூரியன் FMமில் D.இமான்

'**விசில்**' படத்துக்குப் பிறகு இமான் எங்களது 250க்கும் மேற்பட்ட விளம்பரங்களுக்கு ஜிங்கிலோ, ரெக்கார்டிங்கோ செய்திருப்பார். அவரது இமான் sound factoryக்குத் தினமும் போன நாட்களும் உண்டு.

இமான் ஒரு ஞானக் குழந்தை. இசை ஞானம், அறிவு, creativity தாண்டி அவருக்கு இறை ஆசிர்வாதமும் இருந்தது. மிக சீக்கிரத்திலேயே எதிர்பார்க்கும் TUNEஐக் கொண்டு வந்துவிடுவார். மிக மிக discipline. அவரது அம்மா, அப்பாவின் வளர்ப்பு அப்படி.

சூரியன் FM விளம்பரம் உருவாக்க அழைப்பு வந்தபோது 'கேளுங்க கேளுங்க...' என்று அவர் பாடி record செய்தபோது அவரது உடல் மொழி... அவரையே நடிக்க வைக்கலாம் எனத் தோன்றியது.

இமானுடன், ராகுல் மாதவ், ஒரு மும்பாய் மாடல் பூஜா ஷால்வி, ரோஷல் கூட நிறைய மாடல்களுடன் AVMல் செட் போட்டு சௌந்தரின் ஒளிப்பதிவில் படமாக்கினோம்.

பாடல் செமயா வந்திருந்தது. visualsம் அனைவரும் ரசிக்கும்படியாக வந்திருந்தது. ஒரே கவலை bossன் ஒப்புதல்!

திரு.கலாநிதிமாறன் போன்ற ஒரு Leadership, Administrator, ஆளுமைத் தன்மையை எங்குமே பார்க்க முடியாது. அப்படி ஒரு ஒளிவட்டம் அவரைச் சுற்றி இருப்பதாய்த் தோன்றும். அவரது முடிவெடுக்கும் திறன் அபாரமானது. அல்லாது, இவ்வளவுப் பெரிய சாம்ராஜ்யத்தைக் கட்டி எழுப்ப முடியுமா..?

அவருக்கு அது work ஆகும் எனத் தோன்றியது. அதேபோல ஹிட் அடித்தது.

பட்டிதொட்டி எங்கும் 'கேளுங்க கேளுங்க... கேட்டுக்கிட்டே இருங்க'தான். பிறகு அதை பல மொழிகளுக்கும் Dub பண்ணினோம்.

AD LINK:
https://youtu.be/32cbyqBYDH0

11 ஹன்சிகாவின் முதல் விளம்பரம்...

விசாகப்பட்டினத்திலிருந்து ‘கண்கட்டாலா’ என்ற பட்டு, ஜவுளி நிறுவனம் எங்களை விளம்பரம் செய்ய அணுகியபோது நாங்கள் ஹன்சிகாவை சிபாரிசு செய்தோம். அவர் அப்போது தமிழில் படங்கள் செய்யவில்லை.

அவரோடு ஒரு மும்பாய் மாடல். சிவ் பண்டிட் (பின்நாளில் அவரும் ஹீரோவாக ஒரு தமிழ்ப்படம் செய்தார்) மேலும், சில மாடல்களை வைத்து அந்த விளம்பரத்தை எடுத்தோம். திரு ஒளிப்பதிவு செய்தார். இமான் இசை.

உலகத்தின் மிகச் சிறிய காதல் கதை. ஹன்சிகாவின் சிரிப்பும் அழகும் எல்லோர் உள்ளத்தையும் கொள்ளை கொண்டது.

பின் நாட்களில் ஹன்சிகாவுடன் பல விளம்பரங்கள் செய்தோம்.

அந்த முதல் விளம்பரம் உங்கள் பார்வைக்கு...

AD LINK:
https://youtu.be/xTgvoy3SpZo

விளம்பரப் படம் வேற லெவல் ● ஜேடி-ஜெர்ரி

12. பாண்டிச்சேரியில்... போத்தீஸ்

பாண்டிச்சேரியில் போத்தீஸ் ஆரம்பிக்கும்போது சற்று வித்தியாசமாய் கொஞ்சம் French கலந்து பேசுவதாய் வசனம் அமைத்தோம்.

French மொழிக்கு உதவ எங்கள் மாமா விக்டர் பொலேன் அவர்களின் உதவியை நாடினோம். அவர் 45 வருடம் பாரிஸில் பணியாற்றி, பாண்டியில் settle ஆனவர். ரொம்ப அபூர்வமான மனிதர். விருந்தோம்பல் என்றால் அவரிடம்தான் கற்க வேண்டும். அப்படி ஒரு hospitality. எங்களுக்கும் சரி, எங்கள் நண்பர்களுக்கும் சரி, பாண்டி சென்றால் அவர் வீட்டில் ஒரு பிரமாதமான விருந்து நிச்சயம். உல்லாசம் காலத்தில் அஜீத் முதல் கே.வி.ஆனந்த், ரவிவர்மன், இயக்குனர் பாலா என்று அவர் வீட்டில் விருந்துண்டவர் பலர். உலகத்தின் அத்தனை drinksம் அடுக்கி வைத்திருப்பார். இதைச் சாப்பிடு, அதைச் சாப்பிடு என்று ஒவ்வொன்றின் சிறப்பையும் சொல்லி சாப்பிட வைப்பார். விதவிதமான cocktail செய்வதிலும் அவர் expert.

மீன் கவாப்புகள், Chaio (சிக்கன் அல்லது எறா மசாலா வைத்து அப்பளம் போன்ற ஒன்றில் பொறித்த பர்மிய உணவு), வியட்நாம் உணவுகள், Pork vindaloo (அவரே cook பண்ணுவார்), செட்டி நாடு தயாரிப்புகள் என்று விதவிதமாய் வந்துகொண்டே இருக்கும். கே.வி.ஆனந்த் அந்த பன்கூன் (கொழுக்கட்டை போல் எறாவில் செய்யப்படும் வியட்நாமி உணவு), சுவை பற்றி சொல்லிக்கொண்டிருப்பார். மாமாவின் மறைவுக்குப்பின் பாண்டியில் விருந்தும் கொண்டாட்டமும் குறைந்து போனது.

இந்த பாண்டிச்சேரிக்கான விளம்பரத்தை தீக்ஷா சேத் நடிக்க ரவிவர்மன் ஒளிப்பதிவில் படம் பிடித்தோம். ரொம்ப simple, ஆனா படு stylish ஆக. பாலுமகேந்திராவின் Studioவில் மிலன் Art Directionனில். சத்யா re-recording செய்தார்.

வெளியான வருடம் 2012.

AD LINK:
https://youtu.be/dKmAlyRT2d0

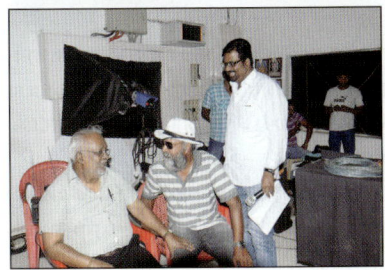

13 பவர் சோப்ஸ்...

பவர் சோப்ஸ் நிறுவனத்துக்கு நாங்கள் பல விளம்பரங்கள் எடுத்து வந்தோம். அதற்கு முக்கிய காரணம் அவர்களது ஏஜென்ஸியை நிர்வகிக்கும் N&D communication திரு.நாச்சியப்பன்தான். ஒரு விளம்பரம், சுலபமாக மக்களைச் சென்றடைய அனைத்து யுக்திகளையும் அறிந்தவர். ஒரு creative person. அதோடு power soaps சம்பந்தமான packing முதல் release வரை அனைத்து விளம்பர ஆலோசனைகளையும் வழங்குபவர்.

பவர் சோப்ஸ் MD திரு.தனபால் அவர்கள் பெரிய ரசனைக்காரர். கொடைரோடு, திண்டுகல்லில் 'அபிராமி சோப்ஸ்' என்று அவரது அப்பா ஸ்ரீ கிருஷ்ண நாடார் ஆரம்பித்த கம்பெனியை இன்று பவர் சோப்ஸ் லிமிடெட் என்று ஆலமரமாய் வளர்த்தது, இவரது உழைப்பும், முடிவெடுக்கும் திறனும், தன்னம்பிக்கையும்தான். அவரோடு வேலை செய்வது எங்களுக்குச் சுலமாய் இருந்தது. உடனடி Approval, Encouragement இருந்தது.

தமன்னாவை வைத்து Natural power beauty soapக்கு ஒரு விளம்பரம் எடுத்தோம். ஏவி.எம்.மில் மிலன் செட் அமைக்க, திரு ஒளிப்பதிவு செய்ய, கல்யாண் மாஸ்டர் உதவியுடன், Shoot பண்ணினோம். இமான் ஜிங்கில் அமைத்தார். ஒரு Club Song போன்ற feel... செம்மையா reach ஆனது.

சில வருடம் கழித்து ரிச்சா கங்கோபாத்தியாவை வைத்து புது விளம்பரம் பண்ணினோம். Art Director முத்துராஜ் எதிர்பார்த்ததைவிட பன்மடங்கு பெரிய செட் போட்டுக் கொடுத்தார். ரவிவர்மன், பிருந்தா மாஸ்டர், இமான் என்று sound technician team...

இந்த இரண்டு விளம்பரங்களில் தமான்னா, ரிச்சாவின் appearance, beauty, எல்லாம் இளைய தலைமுறையின் style statement ஆகவே மாறியது. FMCG marketல் nature power beauty soapக்குத் தனி இடம் கிடைத்தது.

இரண்டு விளம்பரங்களும் உங்கள் பார்வைக்கு...

AD1 LINK:
https://youtu.be/tDNxie_XOwg

AD2 LINK:
https://youtu.be/4C65K5dYSYM

14 உலக நாயகனுடன் ஒரு நாள்...

போத்தீஸின் Brand ambassador இப்போது கமல் சார் எனும்போது, அவரை இயக்க சற்றுப் பதட்டமாக இருந்தது. அவரின் அனுபவம், அறிவின் தீட்சண்யம், சினிமா பற்றிய knowledge... எல்லாமும் அறிந்தவர்கள் நாங்கள்.

கமல் சாருடன் ஏற்கெனவே பரிச்சயம் இருந்தது. Robo என்று சங்கர் சார் படம் ஆரம்பிக்கும்போது அதில் கமல் சார், பிரித்தி ஸிந்தா நடிப்பதாக இருந்தது. அதன் Photoshoot, Invitation தயார் செய்யும்போது நாங்களும் சங்கர் சாருக்கு உதவியாக இருந்தோம்... ஆனால் அதெல்லாம் அவருக்கு ஞாபகம் இருக்குமா..?

கமல் சார் சந்திப்பின்போது நம்மை ஊடுருவதைப் போல் பார்ப்பார்... அந்த ஒரு பார்வை scan செய்துவிடும்.. இவன் யார், இவன் அனுபவம் என்ன, அறிவு என்ன... என்பதை. அதோடு அப்படி ஒரு memory அவருக்கு.

அவர் சூட்டிங்கில் எங்களை மிக இயல்பாக இயங்க வைத்தார். அத்தனை பெரிய ஆளுமை, ஒரு இயக்குனர் என்ன எதிர் பார்க்கிறார்... அதை நாம் எப்படி வெளிப்படுத்த வேண்டும்... என்பதில் மட்டும் கவனம் செலுத்தினார்.

ஒரு நண்பரைப்போல் Setல் அனைவருடனும் சகஜமாகப் பேசிக் கொண்டு ஒரு இறுக்கமான சூழலைச் சகஜமாக மாற்றினார்.

ஒவ்வொரு Shot இடைவேளையின்போதும் அவரின் அனுபவ பகிர்வுகள்... அவரிடம் சொல்ல ஏராளமான நினைவுகள் இருந்தன. வாய் பிளந்து கேட்கும் நாங்கள்... சிறுவயதிலேருந்து அவருடையப் படங்களைப் பார்த்து ரசித்து கைதட்டி மகிழ்ந்த ரசிகர்கள் அல்லவா?

ஞானக்கூத்தன், பாலுமகேந்திரா, உலக சினிமா, நல்ல கதைகள் என்று பேச எங்களுக்குள் ஆயிரம் விஷயங்கள் இருந்தன. அந்த சூட்டிங்கையே ஒரு நல்ல அனுபவமாக்கினார் கலைஞானி.

கிரண் செட் அமைக்க, ஓம் பிரகாஷ் கேமிராவைக் கையாண்டார். தாஜ்நூர் back ground music செய்தார்.

ஆம், எங்களுக்கு நூற்றுக்கும் மேற்பட்ட விளம்பரம் செய்திருக்கிறார். புதுமை விரும்பி. ஏதாவது ஒரு வகையில் தனது Shots தனித் தன்மையுடன் இருக்க வேண்டும் என விரும்புவார். Very fast worker.

போத்தீஸ் ரமேஷ் சாரின் vision ஒவ்வொரு விளம்பரம் மூலமாகவும் மக்களிடம் சிறப்பாகப் போய்ச் சேர்ந்தது.

AD LINK:
https://youtu.be/pbB5FvZ6woo

15 ஜிகு ஜிகு ரயில் இது... தி சென்னை சில்க்ஸ்

ஒவ்வொரு விளம்பரம் செய்யவும் ஒரு குழைந்தைத்தனம் தேவைப் படுகிறது. பெரும்பாலும் சிறுவயதினரைக் கவர்ந்தாலே அந்த விளம்பரம் போதுமான reachஐ அடைந்துவிடும்.

நம் எல்லோர்க்கும் ஒரு சிறுவயது நினைவு இருக்கும்...

சில விளையாட்டுகள், சில விழாக்கள், சில நடனங்கள், அதைத்தான் நாங்கள் Ad CONCEPT ஆக மாற்றுகிறோம்.

ஒரு விளம்பரத்தில் சிறுவர்கள் போகும் ரயில்வண்டி விளையாட்டு ஒன்றில், ‘ஒருகுடம் தண்ணி ஊத்தி ஒரு பூ பூத்துச்சாம்’, ஒரு விளம்பரத்தில் மரப்பாச்சி பொம்மைகளின் கல்யாணம், தஞ்சாவூர் தலை ஆட்டி பொம்மைகள், தாயம், சொக்கட்டான், நொண்டி விளையாட்டு என்று கருப்பொருட்கள்...

‘தி சென்னை சில்க்ஸ்’க்கு ஒரு விளம்பரத்தில் கடையின் பிரம்மாண்டத்தைக் காட்ட விரும்பினார்கள். 9 பெண்கள்

ரயில் வண்டி விளையாட்டு விளையாடி, கடையைச் சுற்றி வருகிறார்கள்... தீபாவளி புது உடைகளைக் காட்டினாற்போலவும் ஆச்சு, கடையின் எல்லா Sectionம் காட்டினாற்போலவும் ஆச்சு.

பெரும் Hit அடித்தது இந்த விளம்பரம். பஸ் பேனர்கள், ரயில்வே தட்டிகள்... எங்கும் 9 பெண்கள் ரயில் ஓட்டினார்கள்.

இமான் Music, சஞ்சய் காமிரா.

உங்கள் நினைவுகளில் அடுக்குகளுக்கு...

AD LINK:
https://youtu.be/9mb70gBmgcw

16 DMK Election Campaigns

2009, 2011 இந்த இரண்டு வருடமும் DMKக்கான election campaign முழுவதும் நாங்கள் செய்தோம். ஒவ்வொரு வருடமும் 10, 10 விளம்பரங்கள். ஒவ்வொரு திட்டம் பற்றியும் ஒன்று. எல்லாமும் எளியதாய், பாமர மக்களுக்கும் புரியும்படியாக, அதேசமயம் மனதில் பதியும்படியாக அமைந்தது.

முத்தமிழ் அறிஞர் கலைஞர் அவர்களின் பார்வைக்குச் சென்று, அவர் ஒப்புதலோடு ஒவ்வொன்றையும் நாங்கள் படம்பிடித்தோம். முடித்து end productஐ அவர் பார்வைக்கு அனுப்பும்போது படபடப்பாய் இருக்கும். அவர், அத்தனைக்கும் மகிழ்ச்சியோடு ஒப்புதல் தந்தார். அதுதான் பரம திருப்தி. இதில் திரு. கலாநிதி மாறன் அவர்களின் பங்கு மிக முக்கியமானது. ஒரு பாலமாக இருந்து செயல்பட்டார். ஒவ்வொரு conceptலும் அவர் சொல்லும் சின்ன சின்ன திருத்தங்கள் விளம்பரத்திற்கு பெரும் பலமாக அமையும்.

பாண்டிச்சேரி சென்று ரவிவர்மன் மற்றும் ரிச்சர்ட் எம் நாதன் ஒளிப்பதிவில் நிறைய மாடல்களை வைத்து வேறு வேறு மாதிரி shoot பண்ணினேம்.

தமிழ்நாட்டில் பட்டிதொட்டி எங்கும் அந்த விளம்பரங்கள் ஒளிப்பரப்பானது. கட்சிக்கும் பெரும் பலம் சேர்த்தது.

AD1 LINK:
https://youtu.be/6b-p_h1ws2Y

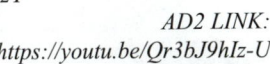

AD2 LINK:
https://youtu.be/Qr3bJ9hIz-U

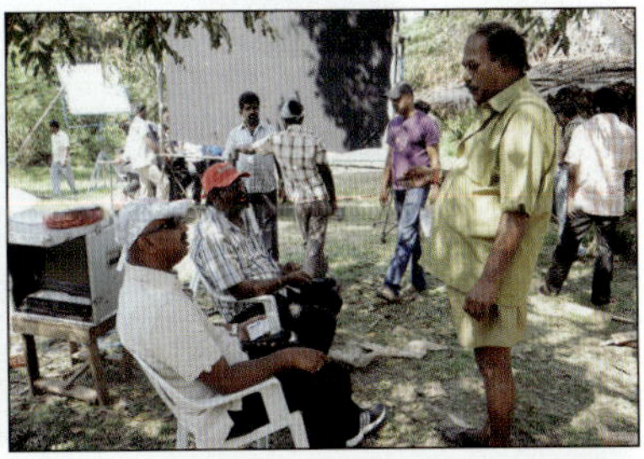

17 சமந்தா ஓர் அறிமுகம்...

சமந்தாவை முதல் முறையாக சந்திக்கும்போது ஓர் ஆட்டோவில் எங்கள் ஆபீஸுக்கு வந்தார். கண்ணில் ஓர் ஆர்வமும், முகத்தில் குழந்தைத்தனமும், ஓர் தன்னம்பிக்கை attitudeம் கொண்டவராய் இருந்தார்.

அவரை 'தி சென்னை சில்க்ஸ்'ன் ஒரு ஆடி விளம்பரத்தில் கடற் கன்னியாக அறிமுகப்படுத்தினோம். கருப்பசாமி குத்தகைதாரர் படம் மீனாட்சி, சனம், ஆனந்த கண்ணன்... இவர்களுடன் ஒரு மாடலாக. MGMல் shooting. கே.வி.ஆனந்த் ஒளிப்பதிவு செய்தார்.

சமந்தா மேக்கப் செய்து, புதிய உடை அணிந்து, நடந்து வருகையில் ஜெரி சொன்னார், இந்தப் பெண் சினிமாவை ஒரு கலக்கு கலக்கப் போகிறாள் என்று. தொடர்ந்து எங்களுக்கு சில விளம்பரங்கள் செய்தார். 'தி சென்னை சில்க்ஸ் ஓணம்' விளம்பரம் செய்தார்.. லேகா வாஷிங்டனோடு... கே.வி.ஆனந்த் ஒளிப்பதிவு செய்தார்.

பிறகு ராம்ராஜ்க்கு super hero என்று ஒரு விளம்பரத்தில் நடிக்க வைத்தோம். ரத்தின வேலு ஒளிப்பதிவில்.

விரைவிலேயே திரைப்படங்களில் அறிமுகமாகி சீக்கிரமே உச்சத்தைத் தொட்டார்... ஒரு innocenceம் simplicityம் அவரிடம் எப்போதும் இருந்தது. அதுவே பெரிய நடிகையாகவும் உயர்த்தியது.

AD1 LINK:
https://youtu.be/nz8vQ0FYaPQ

AD2 LINK:
https://youtu.be/I2v3fB-cTf0

AD3 LINK:
https://youtu.be/Ai1ZhL0xlcw

18 ஸ்ரேயா செய்த Painting...

'**ச**ரவணா ஸ்டோர்ஸ்' தங்க நகை மாளிகைக்கு செய்த பல விளம்பரங்களில் ஒன்றில், ஸ்ரேயா வானத்தில், தன் கையில் உள்ள brushஆல் வரைய... அவையெல்லாம் நகைகளாக மாறுவதாய் ஒரு concept செய்தோம். எங்களது CG Team இதற்குப் பெரிய பலமாய் இருந்தது., ..ரவிவர்மன் ஒளிப்பதிவு செய்தார்.

பெரும்பாலும் SSTNM Ad எல்லாம் தியேட்டரில் release செய்வார். இந்த விளம்பரம் வெளியானபோது, ஒரு மெஸ்மரிக்கும் தன்மை இருப்பதாய் சொன்னார்கள். அதற்குக் காரணம் அதன் visualலோடு இணைந்த அதன் music...

ராஜா சாரின் 'ஏதோ மோகம்' பாடலை inspirationஆக எடுத்துக் கொண்டு, இமான் அதை செழுமைப்படுத்தினார்.

அந்தப் பாடலை உபயோகப் படுத்த இளையராஜா அவர்களிடம் முறைப்படி அனுமதி வாங்கினோம்...

அந்த music, பல visualக்கு தூண்டுகோலாய் இருந்தது. வேறு வேறு கால கட்டங்களில் இந்த விளம்பரங்கள் செய்தாலும் அதன் வசீகரிப்புத் தன்மை மட்டும் மாறவே இல்லை.

ஒவ்வொரு விளம்பரமும் மிகச் சிறப்பாக மக்களிடம் போய்ச் சேர்ந்தது. அதில் சில விளம்பரங்கள் உங்கள் பார்வைக்கு...

AD1 LINK:
https://youtu.be/SnqHiokRlrU

AD2 LINK:
https://youtu.be/cjeSfmwajbw

AD3 LINK:
https://youtu.be/tAFyd1FgUas

19 விக்ரமும், சீயான் விக்ரமும்...

Government sectorக்கு நிறைய விளம்பரங்கள் செய்திருந்தோம்...

சமீபத்தில் தமிழ்நாடு காவல் துறைக்காக CCTV awarenessக்காக ஒரு விளம்பரம் செய்தோம். அப்போது greater Chennai policeன் commissioner of policeஆக இருந்த Dr.A.K.Visvanathan எங்களைக் கூப்பிட்டு CCTV awarenessக்கு விளம்பரம் செய்யச் சொன்னார். அவர் Loyola college நாட்கள் முதல் எங்களைத் அறிந்தவர். அவரது முயற்சியினாலேயேதான் தமிழ்நாடு முழுவதும், எங்கும்.. CCTV Cameraகள். குற்ற எண்ணிக்கையும் குறைந்தது. நேர்மையான, எதிர்கால சிந்தனை உடைய, நட்பான, காவல் துறை அதிகாரி...அந்த விளம்பரத்தில் நடிக்க விக்ரமை அணுகினோம். அவரும் சந்தோஷமாய் சம்மதித்தார். வருடங்கள் கடந்தால் என்ன.. அந்த நட்பும், பிரியமும் மாறாத நபர். லயோலா கல்லூரியில் படித்த காலம், உல்லாசம் பட நாட்கள், என்று நினைவுகூர பல நிகழ்சிகள்...

விக்ரம் இத்தனை படம், இத்தனை அனுபவம் எல்லாமும் சேர்ந்தாலும் ஒவ்வொரு Shotக்கும் மெனக்கெடுவார். இந்த டயலாக்கை இப்படிச் சொல்லலாமா, அப்படிச் சொல்லலாமா என்று நூறு முறை சொல்லிப் பார்த்துக்கொள்வார். அதேபோல் உடல் மொழியிலும் கவனம். டப்பிங் வரை improve பண்ணிக்கொண்டே இருப்பார்.

நாங்கள் அறிந்த விக்ரம் என்ற நடிகர், சீயான் விக்ரமாகப் பேரும் புகழும் அடைந்த பிறகும் அந்த dedication மாறவே இல்லை.

விளம்பரம் எல்லா தியேட்டர்களிலும் வெளியானது. சரியாக message போய்ச் சேர்ந்தது. நீண்ட வருடத்திற்குப் பிறகு விக்ரமுடன் வேலை செய்தது மனசுக்கு சந்தோஷமாகவும் இருந்தது.

AD LINK:
https://youtu.be/FsHhehzASoo

20 சுருதியும் திரிஷாவும்.

Pothys boutique தொடங்கியபோது சுருதி ஹாசனை வைத்து அதை சொல்லலாம்... என நினைத்தோம்.

சுருதி, சிறு வயதில் எங்களுக்கு உல்லாசம் படத்தில் பாடியிருந்தார். இப்போது ஒரு நடிகையாக, மிகுந்த தன்னம்பிக்கை உள்ள ஒரு பெண்ணாக அவரைப் பார்க்கையில் மகிழ்ச்சியாய் இருந்தது.

Single take artist என்பார்களே... இவர் அந்த வகை. டக் டக் என பிடித்துக் கொள்வார். உடல் மொழியில் இயற்கையிலேயே ஒரு style இருந்தது. என்ன இருந்தாலும் கமல் சார் பெண்ணாயிற்றே...

அன்றய shooting பாலுமகேந்திரா studioவில் செய்தோம். எங்கள் குருவும், வழிகாட்டியுமான, பாலு சார் எங்கள் shooting Spot வந்து நெடுநேரம் கூட இருந்தார்.

அன்று அவர் சொன்னார் 'எல்லாம் சரி successfulஆக ad industryல் இருக்கிறீர்கள்... அது எனக்குப் பெருமைதான்... ஆனால்

படம் பண்ணுவதை விடக்கூடாது. நாம் அதுக்கு தானே வந்தோம்' என்று.

அது இன்றும் எங்கள் காதுகளில் ஒலித்துக் கொண்டே இருக்கிறது...

அந்த விளம்பரத்தை, ஓம் பிரகாஷ் ஒளிப்பதிவு செய்தார்.

சிலகாலம் கழித்து போத்தீஸ் ரமேஷ் சார் சுருதி, திரிஷா இருவரையும் சேர்த்து வைத்து ஒரு விளம்பரம் செய்யலாம் என்றார். இருவர் தேதியும் ஒன்றாக சேரவே இல்லை. பிறகு இருவரையும் தனித்தனியே படம்பிடித்து greenmatல் இணைத்தோம். திரு ஒளிப்பதிவு. கொஞ்சம் கூட தெரியாதபடி match செய்தோம்.

திரிஷாவின் உச்சரிப்பு, லாவகம், அனுபவம், அதோடு dedication... வேறு யாரிடமும் பார்க்கவில்லை. மேக்கப்பிலும், உடை அணிவதிலும் உள்ள நேர்த்தி.. அவர் தனித்துவம்.

AD1 LINK:
https://youtu.be/tZu8FS2Al-Q

AD2 LINK:
https://youtu.be/1qnZ_U6NQ5s

21 CADD Centre

N&D communication மூலமாக CADD centre-க்கு ஒரு விளம்பரம் செய்ய வாய்ப்பு வந்தபோது, இதை வித்தியாசமாக செய்ய வேண்டும் என முடிவெடுத்தோம்.

இது படிக்கிற வயசில் இருக்கும், இளைய சமுதாயத்திற்கான விளம்பரம். அதே சமயம் பெற்றோரையும் சேர வேண்டும் என்பது நோக்கம்...

எல்லா விளம்பரங்களின் concept-ம் நிறைய யோசனை, விவாதங்கள், பல reference தேடுவது, எழுதுவது கிழித்து போடுவது என்று பல stage-களை கடந்துதான் வரும். Brain storming என்பதுதானே இதன் process...

இந்த 30 Sec விளம்பரத்தில் ஒரு கதை சொல்ல வேண்டும். அது ஒரு சிறு புன்னகையை வர வழைக்க வேண்டும். நமது Ad-ன் நோக்கம் மக்களிடம் தெளிவாகச் சென்று சேர வேண்டும். எல்லாவற்றிற்கும்

மேலாக ஒரு aesthetic value இருக்க வேண்டும். அதை achieve பண்ணத்தான் போராடிக் கொண்டிருக்கிறோம் எப்போதும்.

இந்த விளம்பரத்திற்காக ஒரு bus Stand Set போட்டோம். Pan India lookற்காக எல்லாரும் பிரபல மும்பாய் modelகளைப் பயன்படுத்தினோம். 3 வெவ்வேறு கால கட்டம்... ஒரு comparison... CADD centerல் படித்தவன் வாழ்க்கையில் வெற்றியாளனாக மாறுகிறான்...

மிலன் art director, திரு ஒளிப்பதிவாளர்.

AD LINK:
https://youtu.be/F1tst5Ft

22 தி சென்னை சில்க்ஸ்... தி.நகர் Relaunch

தி.நகர், தி சென்னை சில்க்ஸ் ஒரு இடைவெளிக்குப் பிறகு, இரண்டு வருடம் கழித்து புதுப்பொலிவுடன் relaunch செய்யப்பட்டது. அதை ஒரு விளம்பரத்தில் சொல்ல நினைத்தார்கள், அதன் M.D மாணிக்கம் சாரும் அவரது மகன் திரு. ஏகாம்பரம் அவர்களும்.

மாணிக்கம் சாருக்கு எங்கள் மீது தனிப்பட்ட அன்பு உண்டு, தி சென்னை சில்க்ஸின் வளர்ச்சியில் ஆரம்ப நாள் முதல் அவர்களோடு கூட இருந்தவர்கள் நாங்கள் என்பதனால்.

ஒவ்வொரு Concept, narrationனையும் அப்படி ரசிப்பார். முழு சுதந்திரத்துடன் இயங்கவிடுவார். எங்கள் மீது முழு நம்பிக்கையும் வைப்பார்.

இந்த relaunch மிகப் பிரம்மாண்டமாக வர வேண்டும் என விரும்பினார்... ராஜராஜ சோழனில் வரும் ஒரு பாடலை reference ஆகக் கொண்டு சத்யாவின் இசையில் jingle செய்தோம்.

ராஷி கண்ணாவை main model ஆகவும் அனேகா மற்றும் நிறைய model களை உபயோகப்படுத்தினோம். பாலசந்திரன் Set அமைக்க ஓம்பிரகாஷ் ஒளிப்பதிவு செய்தார். CG TEAM -ன் work பிரதானமாக இருந்தது.

விளம்பரம் முடிந்து, டிவியில் telecast ஆகியது.

'தி சென்னை சில்க்ஸ்' புதுப்பொலிவுடன் திறப்புவிழாவுக்கு ஏற்பாடு செய்திருந்தார்கள். நாங்களும் ஒரு மலர்க்கொத்துடன் விழாவுக்குச் சென்று மாணிக்கம் சாரை வாழ்த்தினோம். அவர் தன் உதவியாளரைக் கூப்பிட்டு ஒரு கவரை எடுத்துவரச் சொன்னார். எங்களுக்குப் பொன்னாடை போர்த்தி, அந்தக் கவரை கையில் கொடுத்தார். ''விளம்பரம் ரொம்ப திருப்தியா வந்திருக்கு... எனது அன்பிற்கு இது'' என்றார். பிரித்துப் பார்த்தால் எதிர்பாராத ஒரு பெரிய தொகை அதில் இருந்தது. உண்மையில் அவர் மனிதரில் மாணிக்கம்தான்.

அந்த விளம்பரம் உங்கள் பார்வைக்கு...

AD LINK:
https://youtu.be/Qg7HiuvucBY

23 லெஜண்ட் சரவணனும்... டிவி நடிகர்களும்...

லெஜண்ட் சரவணனின் பல விளம்பரங்கள் சினிமா பிரபலங்கள் உடன் இருப்பதாய் அமைந்தது.

ஒரு தீபாவளி விளம்பரத்திற்கு television celebritiesஐ பயன்படுத்தலாம் என்று முடிவெடுத்தோம். ஒவ்வொரு வீட்டின் கதவைத் தட்டி, அவர்களின் மனசில் குடியிருப்பவர்கள் டெலிவிஷன் நடிகர்கள்..

அத்தனைப் பேரையும் ஒன்று சேர்ப்பது சாதாரண காரியம் இல்லை. எல்லோரும் பிஸியாக நடித்துக் கொண்டிருப்பவர்கள். எங்களது production team மின்னலாய் வேலை செய்தது. ரியோ, ஈஸ்வர், அஸார், வடிவேல் பாலாஜி, ராமர், வாசு விக்ரம், முரளிகுமார். K.S.G.வெங்கடேஷ், சித்தார்த், இவர்களோடு, ராஷ்மி, பாவணி, ராஜலட்சுமி, நளினி, காயத்தி, ஷப்னம், எலிசபெத் இன்னும் பலர். அத்தனைப் பேரையும் ஒன்று சேர்த்தோம்.

கிரண் ஏவி.எம்.மில் பிரம்மாண்டமாய் ஒரு Set அமைக்க, சுகுமார் ஒளிப்பதிவு செய்தார். தாஜ்நூர் jingle செய்தார்.

மைனா சுகுமார் சத்தமில்லாமல் வேலை செய்து, நல்ல quality தரக்கூடிய ஒரு காமிராமேன். காமிராவை கையில் பிடித்தார் என்றால் பரபரவென்று வேலை நடக்கும்... கிரேனிலிருந்து pack up சொன்னால்தான் இறங்குவார்.

தாஜ் நூர் எங்களுக்குப் பல jingle செய்திருக்கிறார். லிரிக் முடிவானப் பிறகு அவரிடம் போகும். ஒவ்வொரு முறையும் surprise செய்துவிடுவார். நாம் எதிர்பார்பதற்கு மேல் வந்து நிற்கும்.

Shooting Spot இதுவரை இல்லாத அளவிற்கு கலகலப்பாக இருந்தது. அத்தனைத் திறமைசாலிகளையும் ஒன்றாக இணைத்தால்...

இப்போது பார்க்கும்போது வடிவேல் பாலாஜியைப் நினைத்து கண்களில் நீர் துளிர்ப்பதைத் தவிர்க்க முடியவில்லை...

அந்தத் தீபாவளியை கலகலப்பாக மாற்றியது, இந்த லெஜண்ட் விளம்பரம்!

AD LINK:
https://youtu.be/46eaTzNg4R4

24. மதுரை ராஜ்மஹால் – எப்போதும் மனசில் நிற்கும் பாடல்கள்

தமன்னா, தனது இரண்டாவது விளம்பரத்தை மதுரை ராஜ் மஹாலுக்குச் செய்தார். அன்று ஆரம்பித்த பயணம்... இன்றுவரை.

ராஜ்மஹால் MD முருகானந்தம் சார் ரொம்ப down to earth person. மதுரை மண்ணில் ரசனையைத் தெரிந்தவர். அதனால் ஒவ்வொரு விளம்பரமும் பெரும் வெற்றி பெற்றது. Local cableலில் ஓடிக் கொண்டே இருந்தது...

அவர்களது விளம்பரங்களைக் கையாளும் A.M. communication திரு.வாசுதேவனும் அதன் வெற்றிக்கு ஒரு காரணம். நல்ல அனுபவசாலி. எந்த மாதிரி விளம்பரம் work ஆகும் எனத் தெரிந்தவர்.

ராஜ்மஹால் பல வருடங்களாக மதுரை மக்களின் மனம் கவர்ந்த ஒரு நிறுவனம். பாரம்பரியமாக பட்டுக்கும், கல்யாண ஜவுளிகளுக்கும் ரொம்பப் பிரசித்தம். அவர்களது பட்டு விளம்பரம் ஒவ்வொன்றிக்கும் அதிக அக்கரை எடுத்துக் கொண்டோம்.

தமன்னா, கிருஷ்ணா நடித்த ‘வண்ணப் பட்டு மிளிர’ பிரசாத் Studio வில் மணிராஜ் Set அமைக்க திரு ஒளிப்பதிவு செய்தார். இமான் music. திருமணம் நிச்சயம் ஆன பிறகு... திருமணத்திற்குள் ஒரு சிறிய காதல் கதை... முடிவில் திருமணம் முடிந்து முழுக் குடும்பத்துடன் வருகை என்று காட்சி அமைத்தோம். மிகப் பெரிய Hit அடித்தது... தொடர்ந்து நிறைய விளம்பரங்கள்.

சில வருடம் கழித்து ‘அழகே’ என்ற jingleலுடன் ராஜ்மஹால் பட்டுக்கு ஒரு விளம்பரம் எடுத்தோம். 4 பிரபல மும்பாய் மாடல்களுடன் அந்த Ad. மிலன் Art director. திரு. ஒளிப்பதிவு. இமான் இசை.

சில வருடம் கழித்து ரோஜா மலரோ நீ என்ற Jingleஐ பட்டுக்காக எடுத்தோம். நான்கு அழகிய மாடல்கள்.. தேர்ந்தெடுத்த பட்டு புடவைகள், மிலன் அமைத்த Set, ஓம் மின் ஒளிப்பதிவு... இமானின் மெஸ்மரிக்கும் குரல்... இன்னொரு வெற்றிகரமான விளம்பரம்.

ஒவ்வொரு சிறிய பாடலையும் வடிவமைத்தில் தான் அந்த Adன் வெற்றி. சில சூட்சமமான வரிகள், கேட்டவுடன் பிடிக்கும் tune, சரியான குரல்கள் அமைய வேண்டும். அந்த தேர்ந்தெடுப்பு மிக முக்கியம்.

அந்த மூன்று Ads உங்கள் பார்வைக்கு...

AD1 LINK:
https://youtu.be/w698ciNhpAw

AD2 LINK:
https://youtu.be/HnYBmTxck_Y

AD3 LINK:
https://youtu.be/l97fEb8Qa5w

25 ஸ்ரீ குமரன் தங்க மாளிகை மாப்பிள்ள வர்றார்...

ஸ்ரீ குமரன் தங்க மாளிகைக்கு விளம்பரம் எடுப்பது எப்பவுமே சவாலானது. அதன் MD. திரு. ஆறுமுகம் சார் அவ்வளவு சீக்கிரம் convince ஆக மாட்டார். அவர் மனதில் இருக்கும் வடிவம் வரும் வரை விட மாட்டார்.

அவர் ஒரு ஆன்மீகவாதி. வேதாந்த மஹரிஷியின் follower. யோகா, தியானம் செய்யச் சொல்லி வற்புறுத்தார். தானும் அப்படியே செய்வார். அவருக்கு நாங்கள் பல நல்ல Ads செய்திருக்கிறோம்.

நமது சிறுவயது நினைவில் இருக்கும் மரபாச்சி பொம்மை, கல்யாணம் வைத்து ஒரு விளம்பரம் செய்தோம்.

மாப்பிள்ளை வர்ரார்
மாப்பிள்ளை வர்ரார்
மாட்டு வண்டியிலே

பொண்ணு வர்ரா
பொண்ணு வர்ரா
தங்க வண்டியிலே

என்ற childhood memoriesயை வைத்து அந்த Ad அமைந்தது. அந்த நிகழ்வில் நிறையப் பெண்கள் இரு பக்கமும். நிறைய வளையல் அணிந்த கரங்கள் என்று வளையல் மேளாவைப் promote செய்தோம். திரு ஒளிப்பதிவு செய்ய மஹி ஆர்ட் டைரக்டர். இமான் Music. அந்த campaign மிகப் பெரிய வெற்றி அடைந்தது.

சில வருடங்கள் கழித்து அதே jingleஐ வைத்து reshoot செய்தோம். மிலன் Set அமைக்க திரு. ஒளிப்பதிவு செய்தார். பூஜா ஜவேரி, ஐஸ்வர்யா லட்சுமி, இன்னும் நிறைய அழகிய முகங்கள்... அதுவும் செம்ம ரீச்.

இரண்டு Adsம் உங்கள் பார்வைக்கு...

AD1 LINK:
https://youtu.be/auEv45DqFz4

AD2 LINK:
https://youtu.be/mCRDHav-kRE

26. ஆடுகளத்திற்கு முந்தய டாப்ஸி...

டாப்ஸி ஒரு modelஆக Mumbaiயிலிருந்து வரும் போது கீ கொடுத்தப் பொம்மை போல் இருப்பார். நடக்கச் சொன்னா நடப்பார். சிரிக்கச் சொன்னா சிரிப்பார். நடனம், நடிப்பு ஏதும் அறியாதவராகத் தான் இருந்தார். ஒரு அபூர்வமான சிரிப்பு அவரிடம் இருந்தது. அது யாரையும் வசீகரிக்கும் சிரிப்பு...

பின் நாளில் அவர் நடிகையானப் பிறகு அவரது performance பார்த்து வியந்துதான் போனோம். அப்படி ஒரு முன்னேற்றம்..

டாப்ஸி எங்களுக்கு அந்தக் கால கட்டத்தில் நிறைய விளம்பரங்கள் நடித்தார். அதில் முக்கியமானது சூரியன் FM க்கு செய்தது.

சூரியன் FM கிளைப் பரப்பி இந்தியா முழுவதும் படர்ந்தப் போது அதை Rytham of India என்ற conceptல் சொல்ல முயன்றோம். ஒவ்வொரு Regionக்கும் ஒரு சிறப்பான தாள வாத்தியம் உண்டு.

அதன் மூலம் இந்தியா முழுவதும் இருக்கும் காற்றலையாக டாப்ஸி அனைத்தையும் இணைப்பதாக அந்த விளம்பரம்.

ரவிவர்மன் ஒளிப்பதிவு செய்தார்.

ஒவ்வொரு விளம்பரமும் எத்தனை acid testக்குப் பிறகு பார்வைக்கு வருகிறது என்றால் நம்ப மாட்டீர்கள்.

நம்மை constantஆக update பண்ணிக் கொள்வதிலும், நல்ல உலக சினிமாக்களைத் தொடர்ந்து பார்பதன் மூலமாக, நல்ல இலக்கியங்களைத் தொடர்ந்து வாசிப்பதன் மூலமாகத் தான் நம்மை மேம்படுத்திக் கொள்ள முடியும். மொழியின் மீது ஆளுமையும் ஒரு விளம்பர இயக்குநருக்கு முக்கியம்.

இந்தியா முழுவதும் சென்று சேர்ந்த அந்த விளம்பரம் உங்கள் பார்வைக்கு...

AD LINK:
https://youtu.be/38VHmlR6ros

27 ராஷி கன்னாவின் signature steps...

ஐதராபாத்தை மையமாகக் கொண்ட நிறைய நிறுவனங்களுக்கு தெலுங்கில் நிறைய விளம்பரங்கள் செய்திருந்தோம். அதில் ராஷிகன்னாவை மையப்படுத்தி South India Shopping Mallக்கு ஒரு விளம்பரம் செய்தோம்.

சென்னையில் AVMல் ஆர்ட் டைரக்டர் மூர்த்தி செட் அமைக்க, ராம்ஜியின் ஒளிப்பதிவில், ஸ்ரீதர் மாஸ்டர் ஆட்டுவிக்க, ஒரு fast jingleஐ படம் பிடித்தோம். தாஜ்நூர் இசை அமைத்தார்.

மூர்த்தி ஒரு ரசனையான ஆர்ட் டைரக்டர். சிக்கனமாக செலவழிப்பார். ஆனால் சிறப்பாக வடிவமைப்பார். மானிட்டர் பின்னாலேயே இருப்பார். சின்ன சின்ன additions செய்துகொண்டே இருப்பார். படத்திற்கும் அவர்தான் பணியாற்றுகிறார்.

ஒவ்வொரு விளம்பரப் படத்திலேயும் ஒரு Signature Steps வைக்க முயலுவோம்.

குழந்தைகளுக்கு பிடித்தமான, நினைவில் தங்குவதற்கு ஒரு விஷயம் தேவை (ஒரு Signature Step போல).

ராஷி கன்னாவின் அழகும், இளமையும், துடிப்பும், உற்சாகமும் இந்த விளம்பரத்துக்கு ரொம்ப உதவியது. தொடர்ந்து பல விளம்பரங்கள் ஆந்திராவில் செய்ய வழி செய்தது.

AD LINK:
https://youtu.be/sCaQVFHVSZw

28 புனித் ராஜ்குமார் தமன்னாவுடன்...

போத்தீஸ் பெங்களூருவில் ஆரம்பிக்கும்போது அதை கன்னட power Star புனித் ராஜ்குமார் கொண்டு சொல்லலாம் என முடிவு செய்தோம்.

அரசவை, அரசன், அரசி, என்ற அதே concept என்றாலும் அந்த நகரத்தைப் பொறுத்து வசனங்களை வடிவமைப்போம்.

இதில் புனித் ராஜ் குமார்க்கு இணையாக தமான்னாவை ஒப்பந்தம் செய்தோம். கூட சாது கோகிலா மற்றும் பல கன்னட நட்சத்திரங்கள்.

கிரண், கோகுலம் studioவில் ஒரு மிகப் பெரிய Setஐ அமைத்தார். கிரணின் வேலையில் அத்தனை details இருக்கும். நுணுக்கமான கலை உணர்வுடன் ஒவ்வொரு Setஐயும் அமைப்பார்.

பல reference எடுத்து முடிவு செய்த, அந்த அரண்மனை Setல் கம்பீரமாக புனித்தும், அழகு தேவதையாக தமன்னாவும் நடந்து வருகையில் காலம் மறந்து எங்கோ, பின்னோக்கி சென்று விடுகிறோம்...

ஒரு படைப்பாளிக்கு கிடைக்கும் அதிகப் பட்ஷ சந்தோஷமே நாம் எதிர்பார்த்ததைவிட அதிகமாக நமது visual உயிர் பெறுவதுதான்.

ரவிவர்மன் ஒளிப்பதிவு செய்தார். அவரது லைட்டிங்கில், கேமரா கோணங்களில் அரண்மனை இன்னும் விரிந்தது... அந்த பிரம்மாண்ட விளம்பரம் பெங்களூருவில் போத்தீஸை சரியாக அறிமுகப் படுத்தியது.

சில வருடம் கழித்து முற்றிலும் வேறு மாதிரியாக புனித் ராஜ் குமார், தமான்னா வைத்து Go Green Ad எடுத்தோம். பெங்களூருவில் ஒரு STAR Hotelலில். அந்த நாள் கடுமையான புயல், மழை. மேல் தளத்தில் அமைத்திருந்த Set பிய்த்துக் கொண்டுப் போய்விட்டது. என்ன செய்வது என்றேத் தெரியாத நிலை...

மதியத்திற்கு மேல் ஒரு மணி நேரம் மழை விட்டது . பரபரப்பாக இயங்கினோம். மறுபடி Set உருவானது. ரவிவர்மன் மின்னலாய் படம் பிடிக்க ஒரு மணி நேரத்தில் படபிடிப்பு முடிந்தது.

எங்களது அனுபவமும், சமயோதிதமும் தான் அந்த விளம்பரத்தை முடிக்க உதவியது. ஏனெனில் அந்த நாளை விட்டால் இந்த இரண்டு பிஸியான ஸ்டார்களின் DATE கிடையாது.

புனித் அத்தனை பாரம்பரியமிக்க குடும்பத்திலிருந்து வந்திருந்தாலும் பழகுவதற்கு மிக எளிமையானவர். Technician மீது அதிக மதிப்பு கொண்டிருப்பவர். அதோடு ரொம்ப dedicated artist.

அந்த இரண்டு கன்னட விளம்பரங்களும் உங்கள் பார்வைக்கு.

AD1 LINK:
https://youtu.be/_l1KsIsknR8

AD2 LINK:
https://youtu.be/1ifvU6pava0

29 தங்க மயில் ஓவியா

ஓவியா ஆர்மியெல்லாம் ஆரம்பப்பதற்கு முன்பே ஓவியா எங்களுக்கு நிறைய விளம்பரம் செய்திருந்தார். குறிப்பாக மதுரை தங்க மயில் ஜுவல்லரிக்கு தொடர்ந்து அவரோடு விளம்பரங்கள் செய்தோம்.

தங்க மயில் MD. திரு ரமேஷ் சார் ஒரு தடவை கொலுவிற்காக ஒரு விளம்பரம் செய்யலாம் என்றார். அந்த நவராத்திரி விழாக் காலத்திற்கு நாங்கள் எடுத்த முதல் Ad என்று நினைக்கிறேன்...

சத்யாவின் மெலடி Musicத்தில் நித்யஸ்ரீ மகாதேவன் பாட, பாடல் அற்புதமாக வந்தது. ஓம் பிரகாஷ் ஒளிப்பதிவு செய்ய, நமது பாரம்பரய உடைகளில், நிறைய ஜுவல்லரியுடன் பாந்தமாய், அழகழகாய் பெண்கள்... ஓவியா, சுருதி ராமகிருஷ்ணா, மிருதுளா என வசீகரிக்கும் முகங்கள்... பாலாஜி மாஸ்டர் சின்ன சின்ன நடன அசைவுகள் சொல்லித்தர, எல்லா குழைந்தைகள் முகத்திலும் பிரகாசம். ஆர்ட் டைரக்டர் மூர்த்தி.

ஒவ்வொரு விளம்பரத்திற்கும் அழகியல் ரொம்ப ரொம்ப முக்கியம். ஒரு Team effortல் தான் அதை achieve பண்ண முடியும். Costumer, makeup artist, art director, cinematographer and of course எல்லாவற்றையும் ஒருங்கிணைக்கும் director...

எல்லோருடையப் பங்கும் முக்கியம்.

ஒவ்வொரு விளம்பரத்திற்கும் அந்த Teamஐ சரியாக அமைப்பதில்தான் முதல் வெற்றி அடங்கியிருக்கிறது.

அந்த விளம்பரம் உங்கள் பார்வைக்கு.

AD LINK:
https://youtu.be/DQ9ks3BQfhY

30 ஜோதிகாவும் சரவணா ஸ்டோர்ஸ் தங்கநகை மாளிகையும்...

SSTNMக்காக ஜோதிகாவை ஒரு periodல் brand ambassadorஆக தேர்வு செய்தோம். தொடர்ந்து அவர்களோடு சில விளம்பரங்கள்...

ஜோதிகா போன்ற ஒரு பக்கா professionalஐப் பார்க்கவே முடியாது. அப்படி ஒரு நேர்த்தி, ஆர்வம், அக்கரை.

நாளை Shooting என்றால் முழு dialogueஐயும் வாங்கி, மனப் பாடம் செய்து விடுவார். என்ன உடை அணியப் போகிறோம். ..என்ன நகைப் போடப் போகிறோம்... எல்லாம் முன்னரே முடிவு செய்து விடுவார். மேக்கப், உடல் மொழி, வசன உச்சரிப்பு, அத்தனையிலும் ஒரு தெளிவு. அக்கரை.

எங்களுக்கு உதவியாக பிருந்தா மாஸ்டர் செயல் பட்டார். எங்களது உல்லாசம் முதல் பிருந்தா மாஸ்டருடன் நூற்றுக்கணக்கான வேலைகள் செய்திருக்கிறோம். அவரது பொறுப்பு, அவரது ஆளுமை, எத்தனைப் பேர் இருந்தாலும் ஆட்டுவிட்டும் திறமை...

A great dance masters.

மூர்த்தி Set அமைக்க ஓம் பிரகாஷ் ஒளிப்பதிவு செய்தார். தாஜ்நூர் பின்னனி இசை அமைத்தார்.

அவரோடு செய்ததில் இரண்டு விளம்பரங்கள் உங்கள் பார்வைக்கு.

AD1 LINK:
https://youtu.be/kJH7QwO945M

AD2 LINK:
https://youtu.be/2RRcJqVLjxA

31 We Care for you...

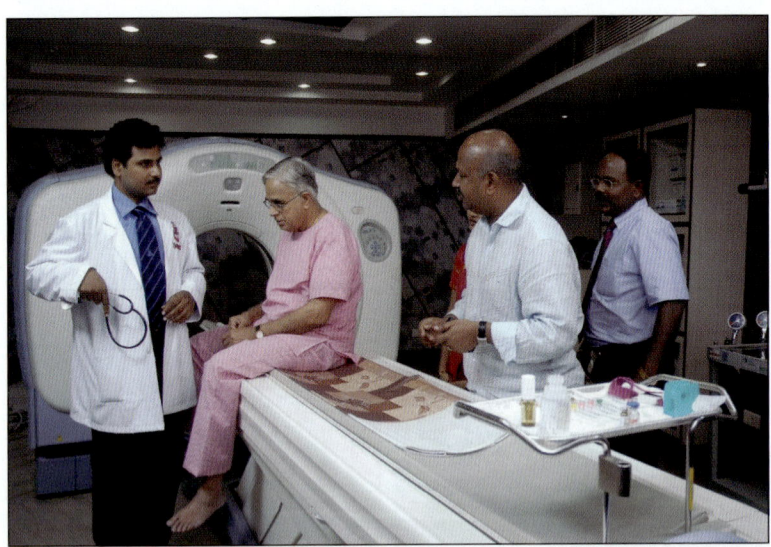

Medical sectorக்கு நிறைய விளம்பரங்கள் செய்திருக்கிறோம். அதில் ஒன்று பாரத் ஸ்கேன்ஸ் நிறுவனத்திற்குச் செய்தது.

Dr. இமானுவேல், பாரத் ஸ்கேன்ஸ் MD தனது ஆய்வு நிலையத்தில் அத்தனை வசதிகளையும் சொல்ல நினைத்தார். diagnostic centre என்பது வியாதி வருவதற்கு முன் அறிவதற்கான ஒரு கூடம் என்று மக்களுக்குச் சேர வேண்டும் என்று விரும்பினார்.

அதனால் 'நாங்கள் வரும் முன் காப்போம். நோய் வராமல் தடுப்போம்' என்று Jingle செய்தோம். We Care for you என்று Tag line அமைத்தோம்.

மும்பாய் மாடல்கள். இமான் Music, சஞ்சய் ஒளிப்பதிவு.

அவருக்குப் பல கிளைகள் துவங்க இந்த விளம்பரம் அடித்தளம் கிட்டது.

வேறு ஒரு medical sector ad என்றால் ஐஸ்வர்யா fertility centerக்குச் செய்ய சில விளம்பரங்களைக் குறிப்பிடுவோம்.

Dr. சந்திரலேகா குழைந்தையின்மை சிகிச்சைக்கு பெயர் பெற்றவர்.

'இனி எங்களுக்கும் ஒரு குழந்தை' என்ற Tag lineஐ மையமாக வைத்து Concept செய்தோம். 30 Secல் குழைந்தையில்லாமல் துயரும் தம்பதி, ஐஸ்வர்யாவில் உள்ள சிகிச்சைகள், Trust பற்றி, doctors testimony எல்லாம் வர வேண்டும்.

ஒரு விளம்பரத்தின் வெற்றியேச் சுருங்கச் சொல்லி, நிறையப் புரிய வைக்க வேண்டும். அதை இந்த விளம்பரம் சரியாகச் செய்தது. செல்லத்துரை ஒளிப்பதிவு செய்ய, பிரசாத் இசை அமைத்தார். அவர்களுக்கு மிகப் பெரிய வளர்ச்சியை இந்த விளம்பரம் கொடுத்தது.

அந்த விளம்பரங்கள் உங்கள் பார்வைக்கு...

AD1 LINK:
https://youtu.be/pw7sZjsMmLA

AD2 LINK:
https://youtu.be/oP_gZhiZyFg

32 அஸ்வின் போட்ட ஸ்பின்...

ராம்ராஜ் நிறுவனத்தின் MD திரு. நாகராஜ் ராம்ராஜ் ஷர்ட் விளம்பரத்திற்கு, 'தமிழ்நாட்டிற்கே பெருமை தேடித் தரும் கிரிக்கெட்டர் அஸ்வின் ரவிச்சந்திரனை உபயோகப்படுத்தலாம்' என்கிற எங்கள் யோசனையை ஏற்றுக் கொண்டார்.

அவர் எப்போதுமே ஒரு தொலை நோக்கு பார்வை கொண்டவர். விளம்பரங்களின் வீச்சை அறிந்தவர். அவரது நிறுவனத்தின் பல பிராண்டுகளுக்கு நாங்கள் விளம்பரம் எடுத்துள்ளோம். கன்டைத்தில் கிச்சா சுதிப்பை வைத்து, மளையாளத்தில் மம்முட்டியை வைத்து, பிறகு கோபிநாத், சரத்பாபு, அர்ஜூன், விஜயகுமார்... என்று பல celebrities...

அஸ்வின் மிக மிக எளிமையானவர்.

அவரது சொடக்கு பாலை போடச் சொல்லி Shoot பண்ணினோம். எத்தனை முறை உடை மாற்றச் சொன்னாலும் அலுக்காமல் மாற்றினார். பல கிரிக்கெட் அனுபவங்களையும் பகிர்ந்து கொண்டார்.

ஓம்பிரகாஷ் ஒளிப்பதிவு செய்ய எங்கள் CG Team நிறைய வேலைப் பார்த்தது. எல்லா மொழிகளிலும் Ad வெளிவந்தது.

AD LINK:
https://youtu.be/Bk_LgNqVJw4

33 நமிதாவும் இரும்பு கம்பிகளும்...

Kiscol TMT விளம்பரம் செய்ய திரு. கண்ணப்பன் அவர்கள் அழைத்த போது brand ambassadorக்கான தேர்வில் பல விவாதங்கள் நிகழ்ந்தது. இரும்பு கம்பி என்றவுடன் புஜ பலத்துடன் ஒரு male modelதான் சொல்ல வேண்டுமா, ஏன் ஒரு பெண் சொல்லக்கூடாது? என்ற கேள்வியின் முடிவில் நமீதா தேர்வானார்.

மச்சான்ஸ் நமீதாவின் image என்ன இருக்கிறதோ அதை ஒட்டியே விளம்பரத்தின் styleம் இருக்கும். 2009ல் AVMல் செல்வகுமார் Set அமைக்க திரு ஒளிப்பதிவு செய்தார். இமான் Jingle செய்தார்.

'Kiss kiss kiscol' என்று நமீதா கூறுவது

Popular ஆனது... TMTகளின் உலகத்தில் Kiscolஐ நிரந்தரமான ஓர் இடத்திற்கு இந்த விளம்பரம் அழைத்துச் சென்றது.

AD LINK:
https://youtu.be/JOVYBk9sR-M

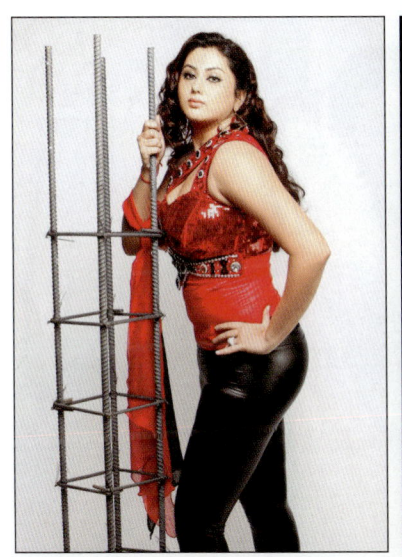

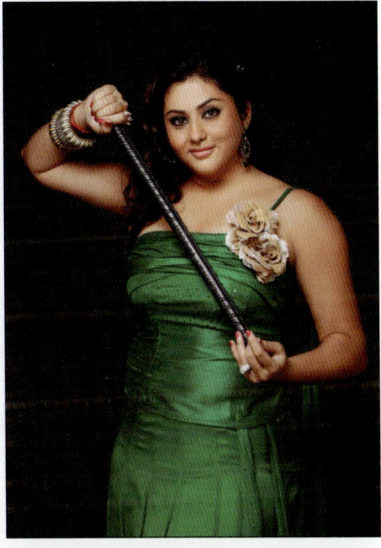

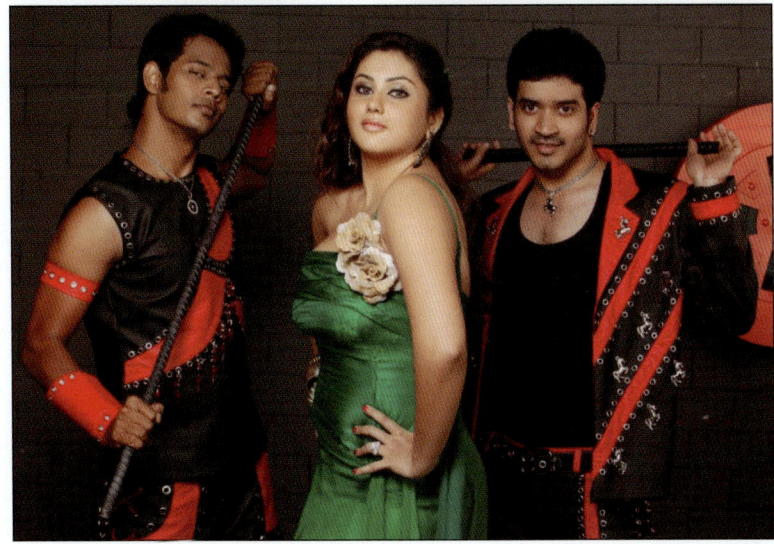

விளம்பரப் படம் வேற லெவல் • ஜேடி-ஜெர்ரி 89

34 கீர்த்தி சுரேஷும் தீபாவளியும்...

'தி சென்னை சில்க்ஸ்'க்கு கீர்த்தி சுரேஷ்வுடன் தொடர்ந்து சில விளம்பரங்கள் செய்தோம்.

கீர்த்தியின் முகத்தில் எப்போதுமே ஒரு குறும்பு கொப்பளிக்கும். Mischievous புன்னகை. ஒரு குழந்தையின் குறும்புத்தனம் போல. அந்த ரௌடி பேபி தனத்தை விளம்பரத்தில் முழுவதுமாக உபயோகப் படுத்த நினைத்தோம்.

'தி சென்னை சில்க்ஸ்'ஸின் அதிரி புதிரி தீபாவளி என்ற campaignக்கு ஒரு Jingle shoot பண்ணினோம். அதில் கீர்த்தி அதகளம் பண்ணியிருந்தார்.

தாஜ்நூர் இசையில், சுகுமார் ஒளிப்பதிவில், கல்யாண் மாஸ்டர் உதவியுடன் அதை Shoot பண்ணினோம். கூட நிறைய Modelகள். முக்கியமாக Kids Modelகள். மூர்த்தி Set அமைத்தார்.

The Chennai Silks அந்த வருடம் அறிமுகப்படுத்தும் புதிய ஆடைகளின் பெயர்களைச் சொல்ல நினனத்தார்கள் அதை Jingleலில்லேயே வரும் படி அமைத்தோம்.

அடுத்த வருடத் தீபாவளி 2017ல் கீர்த்தியுடன் ஒரு மெலடி Jingle... try பண்ணினோம். தாஜ்நூர், நீரவ்ஷா, தினேஷ் மாஸ்டர், மூர்த்தி, தக்ஷா கூட்டணியோடு.

என்ன உடைகளை விளம்பரத்தில் உபயோகிக்கிறோமோ அதே வேண்டும் என்று கேட்டும் கஸ்டமர்கள் பலர். அதனால் ஒவ்வொரு உடையும் பல வித யோசனைகளுக்குப் பின்பே அரங்கேறும். நீண்ட வருடமாக தக்ஷா எங்களுக்கு costumeல் சிறப்பாகப் பணிபுரிந்து வருகிறார்.

அந்த இரண்டு விளம்பரங்களும் உங்கள் பார்வைக்கு.

AD1 LINK:
https://youtu.be/kyeaiS9PC-s

AD2 LINK:
https://youtu.be/myrpPXJCe9A

35 மம்மூட்டியின் மாறுபட்ட வசனம்...

மம்மூட்டி சாருடன் போத்தீஸுக்கு நிறைய வேறு வேறு மாதிரி விளம்பரங்கள் செய்தோம். ராஜாவாக, படு ஸ்டைலான உடைகளுடன், ஓணத்திற்கு கம்பீர வேட்டி சட்டையுடன் என்று பலவிதமாய் காட்டினோம். ஒரு விளம்பரத்தில் படு லோக்கல் ஆளாக, லுங்கி சட்டையுடன், ஊர் தம்பானூர், பேரு பப்பநாதன் என்கிற மாதிரி எடுத்தோம்.

ராஜமாணிக்கம் படத்தில் மம்மூக்கா ஒரு ஸ்லாங் பேசி இருப்பார். அதைப் போலவே இந்த வசனங்களைப் பேச வைத்தோம். CG TEAMன் உதவியோடு அதை படு ஸ்டைலாகப் பிரசன்ட் பண்ணினோம். மிகப் பெரிய லெவலில் ரீச் ஆனது. ஓம் பிரகாஷ் ஒளிப்பதிவு செய்ய, சத்யா Re Recording செய்தார்.

மளையாள வசனங்களுக்கு எழுத்தாளரும், நடிகரும் ஆன சங்கர் ராமகிருஷ்ணன் உதவினார் (அவர் பிறகு ‘பதினெட்டாம்படி’ என்ற படத்தையும் இயக்கினார்.)

மம்மூட்டி சார் எந்த விதமான பாத்திரத்தையும் மிக மிக எளிதாக வெளிப்படுத்திவிடுவார்.

பெரிய பிரயத்தனமும் எடுக்காமலேயே அந்த characterஐ செதுக்கி விடுவார். அதுதான் அந்த மகாநடிகனின் சிறப்பு.

அந்த விளம்பரம் உங்கள் பார்வைக்கு...

AD LINK:
https://youtu.be/QaDZe4KFy24

36 பேரழகிகளை ஒன்றிணைத்தபோது...

ஸ்ரீ குமரன் தங்க மாளிகைக்கு ஆண்டிக் மேளாவுக்காக ஒரு விளம்பரம் செய்தோம். இந்தியா முழுவதும் தேடி அலசி நான்குப் பேரழகிகளைத் தேர்ந்தெடுத்தோம்...

மைசூரில், லலித் மஹாலில் படப்பிடிப்பு. V.மணிகண்டன் ஒளிப்பதிவு. ஆட்டுவிக்க பிருந்தா மாஸ்டர், தாஜ்நூர் இசையில் 'சோழி சுழற்றிப் போடு' என்ற மெலடி Jingle... காஸ்டியூம்களுக்கு உமா பீம்சிங், மேக்கப்பிற்கு நூர்.. கலைக்கு பாலச்சந்திரன் என்று ஒரு அருமையான Team.

இந்த coordinationதான் ரொம்ப முக்கியம். நேர்த்தியான மேக்கப், அழகான உடைகள், சின்ன சின்ன expressions, அற்புதமான ஒளிப்பதிவு எல்லாம் சேர நமது ஆண்டிக் நகைகளின் அழகு, சிறப்பாக எடுத்துக்காட்டப்படுகிறது.

நூர் ஒரு சிறந்த மேக்கப் கலைஞன். எந்தப் பெண்ணையும் அழகாய் காட்ட, ஒரு நல்ல மேக்கப் ஆர்ட்டிஸ்ட் அவசியம்... இந்த நேரத்தில் சமீபத்தில் மறைந்த, எங்களோடு பல விளம்பரங்களுக்குப் பணி ஆற்றிய பாபு என்கிற மேக்கப் ஆர்ட்டிஸ்டையும், சம்பத் அண்ணா என்று அழைக்கப்படும் சீனியர் மேக்கப் ஆர்டிஸ்டையும் நினைவு கூர்கிறோம். இவர்கள் எல்லாம் இல்லாமல் விளம்பர உலகம் இல்லை.

நீண்ட நாட்களுக்கும் பிறகு நண்பர் V.மணிகண்டனோடுப் பணி புரிய முடிந்தது. ஒவ்வொரு Shotஐயும் வடிவமைப்பதில் அவருக்கு நிகர் அவரே.

அந்த சுவாரஸ்யமான Ad உங்கள் பார்வைக்கு.

AD LINK:
https://youtu.be/1aduTmMi1rk

37 அர்ஜுன் எனும் ஜென்டில்மேன்...

உதயம் வேட்டிகளுக்கு brand ambassadorஆக ஆக்ஷன் கிங் அர்ஜுனை சில விளம்பரங்களில் நடிக்க வைத்தோம். உதயம் வேட்டிகளின் இளம் MD திரு. அருணும், அர்ஜுன் சார் மீது அதிகம் மதிப்பு வைத்திருந்தார்.

அர்ஜுன் சார் கடந்த வந்த நீண்ட கலைப் பயணம், அவரது ஜென்டில்மேன் image, Adக்கு மிகவும் உதவியது.

நீண்ட கால நண்பர்களைப் போன்ற அவரது approach, Shooting SPOTஐ இலகு வாக்கியது. அவரது குரலில் உள்ள கம்பீரம், நடையில் உள்ள style, அவரது film Image எல்லாம் Ad பெற்றிபெற உதவியது.

காரைக்குடியில் உள்ள விசாலம் என்ற பாரம்பரிய கட்டடத்தில் Shoot பண்ணினோம். ரவிவர்மன் ஒளிப்பதிவு. தாஜ்நூர் இசை.

ஜெயப்பிரபா ஜுவல்லரி MD, பிரபாகர் எங்களது பயணத்தை இனிமையாக்கினார். (அவரும் எங்கள் client தான்) மதுரையிலிருந்து பன் பரோட்டா, கறி தோசைகள், சிக்கன் வகையராக்கள், கால் பாயா, இடியாப்பம் என்று அசத்தல் இரவு விருந்தை அளித்தார்.

அர்ஜுன் சாரும் ரொம்பவே enjoy பண்ணினார்.

நல்ல நண்பர்கள் சூழ் உலகு ஒரு கொடுப்பினை. அதை கடவுள் நிறைவாய் தந்திருக்கிறார்.

அந்த விளம்பரம் உங்கள் பார்வைக்கு...

AD LINK:
https://youtu.be/gSZbSPHTFBE

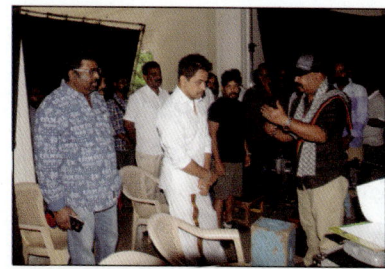

38 நாலு கதாநாயகிகளும் அட்சயப் பட்டும்...

சரவணா ஸ்டோர்ஸ் பிரம்மாண்டமாய் கடைக்காக தொடந்து நான்கு Top Heroinகளை ஒன்றினைத்து விளம்பரங்கள் செய்து வந்தோம்.

அட்சயப் பட்டு விளம்பரத்திற்காக 2007னில் தமன்னா, காஜல் அகர்வால், பூனம் பாஜ்வா, லஷ்மி ராய் இவர்களை எல்லாம் இணைத்து அந்த விளம்பரம் plan பண்ணினோம். நான்கு அழகிகள் பட்டுடுத்தி பாடுகையில் 'பார்த்த விழி பார்த்த படி பூத்துக் கிடக்கு... அட்சயப்பட்டு அழகினிலே தேவதைப் பிறப்பு' என்பது நிஜமானது... அதோடு சங்ககால பூப்பந்து விளையாட்டை காட்சிப்படுத்தினோம்...

இமான் இசையில் நித்யஸ்ரீ பாட, மிலன் செட் அமைக்க... ஒளிப்பதிவுக்கு ரவிவர்மன், பிருந்தா மாஸ்டர் ஆட்டுவிக்க.

'பூப்பூப் வாய் ஆயிரம் பூ
பூவில் சிறந்த பூ எந்தப் பூ...
சிரிப்பு'

என்று துவங்கும் ஜிங்கிலை வடிவமைத்தோம். ஒவ்வொரு சின்ன சின்ன வரிகளிலும் ஒரு நினைவு கோர்வை கிளர்ந்தெழ வேண்டும். அப்போது கண்டிப்பாக, அந்தச் சிறு பாடல், மக்கள் மனதில் தங்கிவிடும். அந்த வெற்றி மந்திரத்தில் 400க்கும் மேற்பட்ட ஜிங்கில்களை எழுதியாகிவிட்டது.

ஒரு படைப்பு என்பது இரண்டு மேஜைகளில்தான் உருப் பெறுகிறது என்பார்கள். உண்மைதான்... ஒன்று திரைக்கதை எழுதப்படும் மேஜை, இன்னொன்று எடிட்டிங் மேஜை,

எங்களது எல்லா விளம்பரங்களும் RGB நிறுவனத்தின் மனேகரால் எடிட் செய்யப்படுகிறது. 20 வருடங்களுக்கும் மேலான நட்பு. பெரும்பாலும் அவர் முடிவுக்கு நாங்கள் கட்டுப்படுவோம். அவரது அனுபவம் அப்படி. அவர் ஒரு எடிட்டர் மட்டுமல்ல நல்ல சினிமா, நல்ல இலக்கியம் என்று தேடல் உள்ளவர்.

அந்த விளம்பரம் உங்கள் பார்வைக்கு...

AD LINK:
https://youtu.be/dJobkosuEf0

39 ரித்து வர்மா கொள்ளையடித்தால்...

'தி சென்னை சில்க்ஸ்'ன் புதிய கிளை, ஐதராபாத் மெஹந்தி பட்டினத்தில் ஆரம்பிக்க நினைக்கையில், அதை, வளர்ந்து வரும் நடிகையான ரித்து வர்மாவை வைத்து தெலுங்கில் சொல்லலாம் என நினைத்தோம். (அப்போது தமிழில் அவர் படம் ஏதும் நடிக்கவில்லை).

ரித்து வர்மாவுக்கு இயற்கையிலேயே ஒரு இயல்புத் தன்மை இருந்தது. எந்த dialogue சொல்லிக் கொடுத்தாலும் அதை மிக natural ஆக வெளிப்படுத்தும் உடல்மொழி இருந்தது... அது அந்த விளம்பரம் சிறப்பாக வர உதவியது.

அவருடன் இன்னும் சில modelகள், ஓம்பிரகாஷின் ஒளிப்பதிவு, எட்வர்டின் ஆர்ட் டைரக்ஷன், தாஜ்நூரின் பின்னனி இசை என்று அந்த விளம்பரம் முழுமை பெற்றது. பெரும்பாலும் எங்களது விளம்பரங்கள் celebrity வைத்து செய்யப்படுவதால், அந்த ஒரு call sheetல் செய்வது மிக முக்கியம். அதற்கு ஏராள முன் தயாரிப்புகள் தேவை. ஒரு story board, வசனங்களை சொல்லிப் பார்த்து நொடிகளை கணக்கிடுதல், scriptலேயே trimming, Dop, Art Director அனைவருடன் ஒவ்வொரு Shot-யும் முன்கூட்டியேத் திட்டமிடல், மொத்த Teamக்கும் அதை கடத்துதல். எது முதல் costume, எந்த மாதிரியான hair Style, makeup, என்று தீர்மானித்தல், அந்த technicianகளுக்கு அதைப் புரிய வைத்தல் என்று பல processகளைக் கடந்தால்தான் நேர விரயத்தைத் தடுக்க முடியும். ஒரு call sheetடோ, அல்லது ஒரு நாளோ அதிகமானால் பெரும் பொருட் நஷ்டத்தை சந்திக்க நேரிடும் அல்லது projectடே கைவிட்டுப் போகலாம்.

நிறைய இளைய தலைமுறையினர் இப்போது விளம்பர உலகம் நோக்கி வருகின்றனர். அதற்காகப் படிக்கின்றனர். அவர்களுக்கு எங்கள் அனுபவங்கள் உபயோகமாக இருக்கலாம் என்றே இந்தத் தொடரை எழுதுகிறோம். அந்த விளம்பரம் உங்கள் பார்வைக்கு...

AD LINK:
https://youtu.be/l-ygeLzHWAA

40 சம்மர் கலர்ஸ்...

ஆனந்தம் சில்க்ஸ் கும்பகோணத்தில் ஆரம்பிக்கும்போது முதல் விளம்பரம் செய்தோம். தொடர்ந்து அவர்களுக்குப் பல விளம்பரங்களைச் செய்தாகிவிட்டது.

'ஆனந்தம் சில்க்ஸ்' MD திரு.சண்முகம் ரொம்பவும் modern ஆன சிந்தனை உடையவர். தனது விளம்பரங்கள் Trendyயாக, up-to-dateஆக இருக்க வேண்டும் என விரும்புவார்.

அவருக்கு ஒரு சம்மர் சீஸனுக்கு விளம்பரம் எடுத்தோம். முழுவதும் கலர்களைக்கொண்டே அந்த Concept அமைந்தது. செட்டின் கலர், உடைகளின் கலர், பிராப்பர்டீஸ்களின் கலர் எல்லாம் ஒரு கலர் பேலட்டில் அமைத்தோம்.

ஒரு பெப்பி ஜிங்கில், தாஜ்நூர் செய்தது. மூர்த்தி Art Director மற்றும் ஓம் பிரகாஷ் ஒளிப்பதிவு என்ற கூட்டணியில் இந்த விளம்பரம் அமைந்தது.

அம்ரித்தா ஐயர் மற்றும் சில modelகள், சில cute kids, நடிக்க இந்த விளம்பரம் மிகப் பெரிய வெற்றி அடைந்தது.

ஆனந்தத்திற்கான இன்னொரு விளம்பரத்தில் ஸ்ரீதிவ்யா நடித்தார். கூட ஐஸ்வர்யா லட்சுமி, அசார் என்ற பல சுவாரஸ்யமான முகங்கள்.

சுனில் ஒளிப்பதிவு செய்ய, எட்வர்ட் ஆர்ட் டைரக்‌ஷனில், கல்யாண் மாஸ்டர் உதவியுடன் அது முழுமைப் பெற்றது. அனந்த கிருஷ்ணன் digital stills எடுத்தார்.

ஸ்ரீ திவ்யா தொடர்ந்து எங்களுக்குப் பல விளம்பரங்கள் செய்தார். மிக மிக அமைதியாகத் தெரிவார். Camera முன்னால் வந்தால் 1000 வாட்ஸ் பல்ப்!

'ஆனந்தம் சில்க்ஸ்' குழந்தைகளின் favourite கடை ஆனது. தொடர்ந்து தஞ்சையிலும் புதிய கிளைத் துவங்கப்பட்டது.

அந்த விளம்பரம் உங்கள் பார்வைக்கு...

AD LINK:
https://youtu.be/P-k6p4XffcA

41 வெளிநாட்டிலிருந்து சில மாடல்கள்...

சரவணா ஸ்டோர்ஸ் தங்க நகை மாளிகை... 'Elite' என்றொரு புதிய show room துரைசாமி சாலையில் ஆரம்பித்தபோது, அதற்கான விளம்பரத்தை முற்றிலும் வெளிநாட்டு மாடல்களை வைத்துச் செய்யலாம் என முடிவு செய்தோம்.

அதற்கானத் தேடல், மும்பாய் ஏஜென்ஸிகள் மூலம் சாத்தியமாயிற்று. அவர்கள் அனுப்பும் புகைப்படங்களில் இருக்கும் மாடல்களில் நாம் தேர்ந்தெடுக்கும் மாடல்களை வரவழைத்து, சென்னைக்கு அனுப்பிவிடுவார்கள். Professional modelகளாக இருப்பதனால் மிக அழகாகப் புரிந்துகொள்வார்கள். நடிப்பார்கள். வேலையில் அலுத்துக்கொள்ளவே மாட்டார்கள்.

திரு ஒளிப்பதிவு செய்தார். திருவின் ஒளிப்பதிவில் அந்த மாடல்களும், புதிய புதிய நகை டிசைன்களும் மின்னியது.

Client ரொம்பவும் மகிழ்ந்து போனார். அவரது புதிய Show Roomன் specialty designகள். அது இந்த விளம்பரத்தில் சரியாக வெளிப்பட்டதாக நினைத்தார்.

அந்த விளம்பரம் உங்கள் பார்வைக்கு...

AD LINK:
https://youtu.be/e7Dom5rvkmI

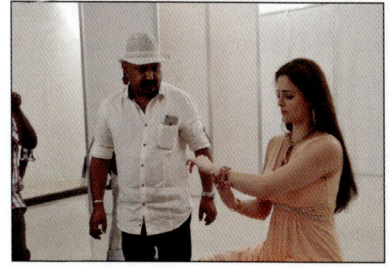

42 ரம்ஜானும் கிருஸ்துமஸும்...

வேறுவேறு நிறுவனத்துக்காக ரம்ஜான் காலகட்டத்துக்கும், கிருஸ்துமஸ் சமயத்திலும், விளம்பரம் எடுத்திருக்கறோம்.

ஒரு sampleக்காக சில விளம்பரங்கள் பற்றிச் சொல்கிறோம்.

'தி சென்னை சில்க்ஸ்'க்காக தெலுங்கில் ஒரு ரம்ஜான் விளம்பரம் எடுத்தோம்.

ஒவ்வொரு முறையும் ஏற்கெனவே எடுத்ததிலிருந்து மாறுபட வேண்டும். ஆனால், அந்த விழாவின் சிறப்பம்சங்களைத் தவறவிடக் கூடாது என்பதில் தீர்மானமாக இருப்போம்.

ரம்ஜானின் உடைகள் மட்டுமல்ல, அந்த நாளின் சந்தோஷம், உணவு, இறை பக்தி, வாழ்த்தைப் பறிமாறுதல், அன்பளிப்புகள், குடும்பங்கள் இணைந்து குதூகலிப்பது... எல்லாம் வர வேண்டும். அனைத்தையும் ஒரு ஜிங்கில் இணைக்கிறது.

ராம்ஜி ஒளிப்பதிவு, சி.சத்யாவின் Music, மூர்த்தி ஆர்ட் டைரக்டர் என்ற Teamமுடன் செய்தோம்.

இன்னொரு விளம்பரம் நினைவுகூர்கிறோம். 'SkC'S சில்க்ஸ்'காக எடுத்த கிருஸ்துமஸ் விளம்பரம்.

சாந்தோமில் உள்ள ஒரு Churchல் Shoot பண்ணினோம். வாணி போஜனை மாடலாக அறிமுகப்படுத்தினோம். கூட நிறைய மாடல்கள். பாலாஜி MASTER Model ஆகவும் செய்தார். இமான் Music செய்தார். ரிச்சர்ட் ஒளிப்பதிவு செய்தார்.

எல்லா விழாக்களும் கொண்டாடப்பட வேண்டியதுதானே!

அந்த விளம்பரங்கள் உங்கள் பார்வைக்கு...

AD1 LINK:
https://youtu.be/4g47NGH00GA

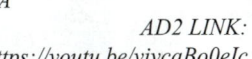
AD2 LINK:
https://youtu.be/vjvcqBo0eIc

43. பொன்னு விளையற பூமி...

ஸ்ரீகுமரன் தங்கமாளிகையின் திருமண நகைகளுக்காக ஒரு விளம்பரம் செய்தோம். அதை Show Roomலேயே Shoot பண்ண client விரும்பினார். Gold மற்றும் Green என்ற colour schemeல் Shoot பண்ணினோம்.

மும்பையின் பிரபல மாடலான Dhrishti dhami, பிந்து மாதவி, மோனிக்கா இவர்கள் மூவரையும் தேர்ந்தெடுத்தோம். திரு ஒளிப்பதிவு செய்தார். கண்ணன் இசையில் நித்யஸ்ரீ பாட ஒரு அருமையான ஜிங்கில் அமைந்தது.

கண்ணன் (தமிழ்ப் படம்) ரொம்ப திறமையான Music Director. அவரது strength எப்போதும் melodyதான்.

  'பொன்னு விளையற பூமி இது...
   தங்கம் கொடுக்கிற சாமி இது...'

என்ற ஆரம்ப வரிகளை ஸ்ரீகுமரன் தங்கமாளிகையின் M.D. திரு.ஆறுமுகம் ரொம்பவே ரசித்தார். அதுபோலவே மக்களிடமும் அது போய்ச் சேர்ந்தது. 2009ல் வெளியான இந்த விளம்பரம் இப்பவும் ரசிக்கப்படுகிறது.

நகைகளைத் தேர்ந்தெடுக்கவென்றே ஒரு TEAM செயல்படும். client காட்ட விரும்பும் நகைகள், மாடல்களுக்குப் பொருத்தமானதாக இருக்க வேண்டும். அதோடு புதுமையும் வேலைப்பாடும் பார்த்தவுடன் பிடிக்கும் அம்சமும் முக்கியம்.

ஒரு விளம்பரத்துக்கு ஒவ்வொரு ஃபிரேமிலும் கவனம் செலுத்துவது அவசியம்.

அந்த விளம்பரம் உங்கள் பார்வைக்கு...

AD LINK:
https://youtu.be/Qq41exeo9GU

44 பரவசமே...

தென்னிந்தியா முழுவதும் 60க்கும் மேற்பட்ட கடைகளின் முதல் விளம்பரம் நாங்கள் செய்திருக்கிறோம். ஒரு புதிய கடையை மக்களிடம் கொண்டு செல்ல சில நுணுக்கங்கள் தேவைப்படுகிறது... ஒரே விளம்பரம் மூலம் அந்தப் புதிய பிரவேசம், மார்க்கெட்டில் பேசப்படுகிறது. அதற்குத்தான் ரொம்ப மெனக்கெடுகிறோம். நிறுவனங்களும் நாங்கள் செய்தால் அது work ஆகும் என நம்புகிறார்கள்.

மதுரை சீத்தாராம் ஜுவல்லரியின் புதிய கடையின் விளம்பரம் செய்ய அணுகினார்கள். 'அதிக பட்ஜெட் இல்லை... ஆனால் வீச்சு பெரிசாக இருக்க வேண்டும்' என விரும்பினார்கள்.

'பரவசமே...' என மெலடி ஜிங்கில் செய்தோம். அருந்ததி, நந்திதா ஸ்வேதா மற்றும் சுஜாகுமார் ஆகியோர் மாடல்களாக மின்னினார்கள்.

ஒரு சிறிய Block மட்டும் Set போட்டு மற்றதெல்லாம் postல் create பண்ணினோம். CG TEAMன் உதவியால் இந்த விளம்பரம்

பிரம்மாண்டமாய்த் தெரிந்தது. சத்யாவின் இசை இனிமையாக மக்கள் காதுகளில் ரீங்காரமிட்டது. ஓம்பிரகாஷ் ஒளிப்பதிவு. மிலன் ஆர்ட் டைரக்டர்.

Green mateல் shoot பண்ணுவது எப்போதுமே முள்ளின் மீது நடப்பது போன்றது. சரியான CG TEAM இருந்தால் மட்டுமே நாம் நினைத்த result கிடைக்கும்.

ஒரு விளம்பரத்தின் அழகு அதன் பட்ஜெட்டில் நிர்ணயப்படும் விஷயம் கிடையாது. அதன் அழகியலில்தான் உள்ளது. அனுபவமே ஆசான்... அனுபவமே வழிகாட்டி... அனுபவமே வெற்றிப் பாதை!

அந்த விளம்பரம் உங்கள் பார்வைக்கு...

AD LINK:
https://youtu.be/9pNVYezXWJA

45 நிழல் புலி...

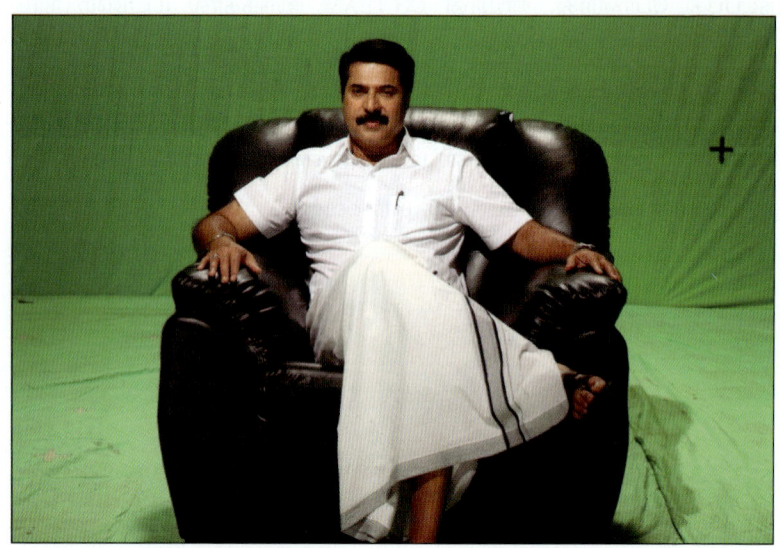

உதயம் வேட்டிகளை கேரளாவில் சரியானபடி அறிமுகப்படுத்த மெகா ஸ்டார் மம்மூட்டியை அணுகினோம்.

கொச்சினில் ஒரு Green Matte Studioவில், ஓம்பிரகாஷ் ஒளிப்பதிவு செய்ய, அந்த விளம்பரம் தயாரானது. இதில் என்ன special என்றால், மம்மூட்டியுடன் ஒரு வெள்ளைப் புலி நடந்து வருவதாய் Story Board அமைந்தது.

நிஜத்தில் சாத்தியமில்லாத ஒரு விஷயத்தை Graphics சாத்தியமாக்கியது. வெள்ளைப் புலியின் Shots எல்லாம் stock shots வாங்கப்பட்டு, அதன் அசைவுக்கேற்று position பண்ணி STARஐ நடிக்க வைத்தோம். இதற்கு மிகுந்த முன்னேற்பாடும், planningம் தேவை. ஒவ்வொரு Shotம் வரையப்பட்டு, position செய்யப்பட்டு, Shoot செய்தோம். சத்யா Music செய்தார்.

மம்மூட்டி சாரின் கம்பீர நடையும், புலியின் நடையும் இணைய... விளம்பரம் புதிய வடிவம் பெற்றது... மக்களிடம் அந்த விளம்பரம் மிகுந்த கவனம் பெற்றது.

மம்மூட்டி சார் ஒரு கார் பிரியர். உலகின் மிகச்சிறந்த கார்கள் அவருடைய வீட்டில் அணிவகுத்து நிற்கும். அதில் ஒரு காரை, விளம்பரப் படத்தில் பயன்படுத்தினோம்.

அதோடு அவர் ஒரு gadget பிரியர். எந்தப் புது விஷயம் பற்றியும் அவரோடு பேச முடியும்; தெரிந்துகொள்ளவும் முடியும்.

அந்த விளம்பரம் உங்கள் பார்வைக்கு...

AD LINK:
https://youtu.be/vV2VQgSbyiM

46. அமலாபாலின் முதல் விளம்பரம்...

ஸ்ரீகுமரன் தங்கமாளிகை, திருமண நகைகளுக்காக ஒரு விளம்பரம் செய்தோம். சத்யராஜ் சார், சரண்யா மேடம் இவர்கள் ஏற்கெனவே ஸ்ரீகுமரன் தங்க மாளிகைக்காக Brand Ambassadorஆகத் தனித்தனியே விளம்பரம் செய்திருக்கிறார்கள். (Fixed price)

இப்போது அவர்களோடு அமலாபால், ராகுல் இவர்களையும் இணைத்து அறிமுகப்படுத்தினோம். 'மைனா' படத்தில் மட்டும் நடித்திருந்த அமலாபால், அந்த எளிமையானத் தோற்றத்திலிருந்து, நிறைய நகைகள் சூட்டியவுடன் தேவதையாய் ஒளிர்ந்தார்!

இமான் இசையில், நித்யஸ்ரீயின் இனிமையான குரலில்...

'சௌந்தர்ய நகைகளோடு
சௌபாக்யவதி வந்தாளம்மா...'

என்ற ஜிங்கிலை shoot பண்ணினோம். திரு ஒளிப்பதிவு செய்தார்.

சில வருடங்கள் கடந்து சத்யராஜ் சாரை வைத்து fixed priceன் புது versionஐ shoot பண்ணினோம். மணிகண்டன் ஒளிப்பதிவு செய்தார். CG TEAM உதவியோடு ஒரு பிரம்மாண்ட backgroundஐ create செய்தோம்.

காலம் கடந்தும் சத்யராஜ் சாரிடம் அந்த எளிமையும், energyம் மாறவே இல்லை. இயக்குனர்களுக்குத் தரும் மரியாதையும், முக்கியத்துவமும் இவரைப் போன்ற Senior artistகளுக்கே உரிய பண்பு.

சத்யராஜ் சாரோடு நிறைய விளம்பரங்கள் செய்தோம். அஞ்சப்பர் செட்டிநாடு ஹோட்டலுக்கும் அவர் brand ambassador ஆக நடித்தார்.

அந்த dedication, நகைச்சுவை உணர்வு, தொழில் பக்தி எல்லாமும் மெச்சத் தகுந்த பண்புகள்.

அந்த இரண்டு விளம்பரங்களும் உங்கள் பார்வைக்கு...

AD1 LINK:
https://youtu.be/2qbP35yPcDE

AD2 LINK:
https://youtu.be/ef1159iTsuI

47 ஐந்து Heroienகளும் ஒரு ஆடம்பர அரங்கமும்...

விசாகப்பட்டினத்தில் வைபவ் ஜுவல்லரி துவங்க இருந்தபோது அதன் M.D. அந்த விளம்பரத்தை மிகப்பிரம்மாண்டமாகச் செய்ய விரும்பினார்.

'தெலுங்கில் யார் Top Heroin..? அத்தனை பேரையும் ஒன்றிணைக்க வேண்டும்' என்றார். நாங்கள் ஏற்கெனவே தமன்னா, ஹன்சிகா, காஜல் அகர்வால் இவர்களோடு நிறைய விளம்பரங்கள் பண்ணியிருப்பதால் அனைவரையும் ஒரே விளம்பரத்தில் நடிக்க வைத்தோம். கூட கௌரி முஞ்சல் மற்றும் ஒரு மும்பாய் கதாநாயகி.

மிலன் அரங்கம் அமைக்க, ரவிவர்மன் ஒளிப்பதிவு செய்தார். மற்றும் கல்யாண் மாஸ்டர், இமான் பங்களிப்பு.

தெலுங்கு என்பதனால் நகைகள், நடனம் என்று போய் விட்டோம். நல்ல artist இருந்தும், அவர்களைச் சரியாக உபயோகப்படுத்தவில்லை என்ற குறை இப்போதும் உண்டு. ஆனாலும், விளம்பரம், அந்த Digital Stills அவர்களுக்கு மிகப் பெரிய ரீச்சைக் கொடுத்தது.

இந்த இடத்தில் Digital stillsன் முக்கியத்துவத்தைக் குறிப்பிட விரும்புகிறேன். விளம்பரம் என்பது 20, 30 வினாடிகள் டி.வி.களில், தியேட்டர்களில் மட்டும் வரும். ஆனால், ஒரு Still என்பது பேனர்களாக, பஸ் ஸ்டாண்ட், ரயில்வே ஸ்டேஷன் இன்னும் எங்கெங்கு முடியுமோ அங்கெல்லாம் கண்ணில் படும். எனவே, விளம்பரத்துடன் அதே artistஐ வைத்து Digital stillsம் எடுத்துக் கொடுத்துவிடுவோம்.

எங்களோடு பணி ஆற்றிய வெங்கட்ராம், முத்துகுமார், கார்த்திக் ஸ்ரீனிவாசன், சந்தோஷ்ராஜ், அனந்த கிருஷ்ணன், வசந்தன் குமாரசாமி, சுபாஷிணி வணங்காமுடி இன்னும் பலர்... இவர்களுக்கு விளம்பரத்தில் தனி இடம் உண்டு.

ஒளிப்பதிவாளர்களுக்கு நிகராக சிரத்தையுடன் பணி ஆற்றுபவர்கள் புகைப்படக்காரர்கள்... நடிகர்-நடிகைகளைக் கையாள்வதும், சரியான லைட்டிங்கில் படம் பிடிப்பதும், அவர்களின், சரியான Expressionஐப் பதிவு செய்வதும் தனிக் கலை.

AD LINK:
https://youtu.be/C1MC6JGEJtA

48 தந்தையும் மகனும்...

ஆரம்பத்தில் மம்முட்டி சாருடன் விளம்பரம் செய்கையில் துல்கரின் புகைப்படத்தை Cell phoneல் காண்பித்து, அவரை தமிழில் அறிமுகப்படுத்த வேண்டும் என்றார்... (அவர் அப்போது நடிக்க ஆரம்பிக்கவில்லை)

நாங்கள் செய்த ஒரு கதை... விக்ரம் பிரபுவும், துல்கரும் செய்தால் நன்றாக இருக்கும் என நினைத்து இருவருக்கும் கதை சொன்னோம். இரண்டு பேருக்குமே பிடித்துவிட்டது. எட்டு மாதம் திரைக்கதை வேலை... கூட ராஜுமுருகன், தமிழ் மகன் எல்லாரும் வேலைப் பார்த்தார்கள். Production house குழப்பத்தில் அது take off ஆகாமல் போய்விட்டது.

Any way ஒரு சுவாரஸ்யமான சகோதரர்கள் கதை கைவசம் இருக்கிறது... திரையில் மிளிரும்.

பின்பு ஜெயராமுடன் பணியாற்றும்போது, தன் மகன் காளிதாஸை அறிமுகப்படுத்த விரும்பினார்.

ஜெயராமையும், காளிதாஸையும் வைத்து 'ராம்ராஜ் வேட்டி' களுக்காக ஒரு விளம்பரம் எடுத்தோம். அதுதான் காளிதாஸின் முதல் திரைப் பிரேவசம் என்று நினைக்கிறோம்.

புதியதோர் உலகம் செய்வோம்
வா இளைஞனே...

என்ற ஜிங்கில் செய்து இருவரையும் நடிக்க வைத்தோம். Client எதிர்பார்த்த ஒரு motivation அந்த 40 secondsல் கொண்டு வர முயற்சித்தோம்.

அந்த விளம்பரம் உங்கள் பார்வைக்கு...

AD LINK:
https://youtu.be/sdZdvl9nldg

49 காஜலின் சபாஷ் ஆடி...

காஜல் அகர்வால் தமிழ் சினிமாவுக்கு அறிமுகமானப் புதிதில் 'சரவணா ஸ்டோர்ஸ்... பிரம்மாண்டமாய்'க்குத் தொடர்ந்து விளம்பரம் செய்து வந்தார்.

சிறிது இடைவெளிக்குப் பிறகு 'தி சென்னை சில்க்ஸ்'க்கு அவரை ஒப்பந்தம் செய்தோம். இப்போது அவர் ஒரு STAR. சில வெற்றிப் படங்களைத் தன்வசமாக்கி இருந்தார்.

'சென்னை சில்க்ஸ்'ன் ஆடி சேல் விளம்பரத்தில் ஒரு உற்சாகப் பந்தாக நடித்துக் கொடுத்தார். அப்படி ஒரு லாகவம் கைவசமாகி இருந்தது. Shooting Spotஐயே energyஆக மாற்றி இருந்தார்.

தாஜ்நூர் ஜிங்கில் செய்ய, ஓம்பிரகாஷ் ஒளிப்பதிவு செய்ய, மூர்த்தி அரங்கம் அமைக்க, தினேஷ் மாஸ்டர் ஆட்டுவித்தார். கூட ஆரவ், மற்றும் பல interesting faceகள்... செம்மையாக work ஆனது. 'ஆடி சேல் specialist' என்ற எங்கள் பெயரைக் காப்பாற்றியது...

AD LINK:
https://youtu.be/gLUFilDLN4s

விளம்பரப் படம் வேற லெவல் • ஜேடி-ஜெர்ரி 121

50 நதியாவும் தங்க மயிலும்...

தங்க மயில் ஜுவல்லரிக்காக முதலில் ஓவியா தொடர்ந்து விளம்பரம் செய்து வந்தார். பிறகு நதியாவை Ambassadorஆக அறிமுகப்படுத்தினோம்.

'பூவே பூச்சூட வா' நதியா நமது இளமைக் காலங்களின் தேவதை. எத்தனையோ வருடங்கள் கழித்து சந்திக்கிறோம். ஏதோ fridgeக்குள் வைத்ததுபோல் அப்படியே இருக்கிறார். சிலருக்கு வயசே ஆவதில்லை!

அதோடு, அவரிடம், தான் சீனியர் நடிகை என்ற பந்தாவும் இல்லை. அப்படி ஒரு dedication and commitment.

மதுரை தங்க மயிலுக்காக super gold என்ற அவர்களின் 'சிட் ஸ்கீம்'க்கு நதியா, ஓவியா இருவரையும் இணைத்து ஒரு விளம்பரம் செய்தோம். ஒரு Greeting card போல வெள்ளை மரங்கள், gold சூழ்ந்த செட்டைப் போட்டோம்.

நீரவ் ஷா ஒளிப்பதிவு செய்ய, எட்வர்ட் செட் அமைக்க, இமான் இசையில், அந்த ஜிங்கிலைப் படம் பிடித்தோம். கூட ஸ்ருதி ராமக்கிருஷ்ணா போன்ற artistகள்.

சில வருடம் கழித்து நதியாவுடன் 'தங்க மயிலின் தங்க ஸ்டைல்' என்று ஒரு விளம்பரம் shoot பண்ணினோம். சென்னை ஃபோரம் மாலில் செட் அமைந்து, நிறைய மாடல்கள் சூழப் படம் பிடித்தோம். ரவிவர்மன் ஒளிப்பதிவில் மிளிர்ந்தது விளம்பரம். தாஜ்நூர் இசையமைத்தார்.

இந்த இடத்தில், எங்களது direction team பற்றி குறிப்பிட விரும்புகிறோம்.

சினிமாவில் most thankless job என்பது Asst Director வேலைதான்.

Project ஆரம்பத்திலிருந்து Casting, Costume, Storyboard என்று பல Co-ordination... தொடர்ந்து Shoot dayன் முன் தயாரிப்புகள்.

'Set ரெடியா, Costume வந்ததா, மேக்கப் சரியா, ஆர்ட்டிஸ்ட் வந்தாச்சா' என்று ஆயிரத்து எட்டு வேலைகள்... தொடர்ந்து post production வேலைகள்... முதல் Cut முடிந்ததும் Online, Dubbing, Music, CG என்று பல ஒன்றிணைப்புகள்!

இவர்கள்தான் சினிமாவின் முதுகெலும்புகள். ஆனால், புகழ் வெளிச்சம் படாதவர்கள்! Thanks to the team.

அந்த இரண்டு நதியா விளம்பரங்களும் உங்கள் பார்வைக்கு...

 AD1 LINK:
https://youtu.be/6mT0fVDzODA

 AD2 LINK:
https://youtu.be/ZUbVl2cuM2c

51 தமன்னா வீட்டுக்கு வீடு...

Sun DTHக்கு ஒரு விளம்பரம் செய்ய அழைப்பு வந்தபோது ரொம்ப பெருமையாக இருந்தது. அதேசமயம் பெரிய சவாலாகவும் இருந்தது. அதுவரை மும்பாய் ஏஜென்ஸிகள் செய்து வந்த விளம்பரம், இப்போது நம்மிடம் வந்திருக்கிறது. அதோடு திரு.கலாநிதி மாறனிடம் Pass mark வாங்குவதும் அவ்வளவு சுலபமான விஷயம் இல்லை!

'வீட்டுக்கு வீடு சன் டைரக்ட்' என்ற ஸ்லோகனோடு ஜிங்கில் செய்து, அதில் தமன்னாவை நடிக்க வைத்து அப்போதய IPL சீஸனையும் மையப்படுத்தி இணைத்தோம்.

இமான் இசையில், திரு ஒளிப்பதிவில், தினேஷ் மாஸ்டர் உதவியுடன் shoot பண்ணினோம். மணிராஜ் ஆர்ட் டைரக்டர்.

மாபெரும் வெற்றிபெற்றது விளம்பரம். அதன் பிறகு 12 மொழிகளில் அதை Dub பண்ணிக் கொடுத்தோம். தமன்னாவை இந்தியா முழுவதும் கொண்டுப் போய்ச் சேர்த்தது.

AD LINK:
https://youtu.be/OJqGR_aszeA

விளம்பரப் படம் வேற லெவல் ● ஜேடி-ஜெர்ரி

52 Welcome to media

500க்கும் மேற்பட்ட விளம்பரங்கள் செய்தாகிவிட்டது. 25 வருடத்துக்கும் மேலான மீடியா பயணம்... அதில் சிறு சிறு துளிகளை உங்களோடு பகிர்ந்துகொண்டோம்.

இந்த நினைவுக் கோர்வை, மீடியாவை நோக்கி தினந்தோறும் வந்துகொண்டிருக்கும் நூற்றுக்கணக்கான இளைஞர்களுக்கு ஒரு நம்பிக்கை, சில வழிகாட்டல்கள் அளிக்கும் என்று நம்புகிறோம்.

இன்னமும்...

நாளை shooting என்றால், முதல்நாள் Shooting போல பதட்டமாக இருக்கிறது. எல்லாம் சரியாக நடக்க வேண்டும்... நாம் நினைத்ததை எடுக்க வேண்டும்... எல்லாம் ரசிக்கும்படி அமைய வேண்டும்... நமது campaign மக்களிடம் சரியாகப் போய்ச் சேர வேண்டும்... அதற்கான பிரயத்தனங்கள்தான் எல்லாம்!

உலகின் மிக முக்கியமான சொல் 'communication' என்பதுதான் விளம்பர உலகின் பால பாடம். அதாவது, Clientன் நோக்கத்தை மக்களிடம் சரியாகக் கொண்டு சேர்ப்பது.

அதற்கு 'Break the rules' என்பதையும் மறக்கக் கூடாது. நமக்கென்று ஒரு பாணியை உருவாக்கிக்கொள்ள வேண்டும்.

தினந்தோறும் புதுப்பித்துக்கொள்ளல் என்பதை மறக்கக் கூடாது. தேடித்தேடி படிப்பதும், தேடித்தேடி படம் பார்ப்பதும்தான் நம்மை updateஆக வைத்துக்கொள்ள உதவும். கண்ணையும், காதையும் திறந்து வை. காலம் கற்றுக் கொடுப்பதை மனதில் சேமித்து வை.

எல்லாம் okay. ஆனாலும் ஒரு நிம்மதியற்ற சூழல் எப்போதும் நிலவுவதைத் தவிர்க்க முடியாது. ஒரு பசியுற்ற புலியைப்போல் அலைந்து திரிவது... அதுதான் mediaவின் வரமும், சாபமும். எதிலும் திருப்தி இல்லாத் தன்மை... இன்னும் betterஆக இருந்திருக்கலாமோ என்ற எண்ணம்... இவையே நம்மை மேலும் வழி நடத்தும்.

Welcome to Media...

ஆசிரியர் குறிப்பு

ஜோசப் டி' சாமி	:	ஜேடி
ஜெரால்ட் ஆரோக்கியம்	:	ஜெர்ரி
படிப்பு	:	M.Sc., (Statistics)
தொலைக்காட்சி தொடர்கள்	:	கடிதம் (திலிப்குமார், DD), காலிப்பெட்டி (சுந்தர ராமசாமி), தேவகி (வள்ளிக்கண்ணன்), அன்றிரவு (எஸ்.சங்கர நாராயணன்), கனவுகளை நினைவாக்கும் கம்ப்யூட்டர், சினிமா வளர்த்த செல்லப் பிராணிகள், டியர் தாத்தா, நினைக்கத் தெரிந்த மனமே, சினிமாவின் மறுபக்கம், இன்னாள் பொன்னாள், ஹாலிவுட் நேரம், தீ (சன் டிவி), அறியாத முகங்கள், டைட்டானிக் ஒரு பார்வை. (விஜய் டிவி)
திரைப்படம்	:	'உல்லாசம்' (1997)
தயாரிப்பு	:	அமிதாப் பச்சன்
நடிகர்கள்	:	அஜித் குமார், விக்ரம், ரகுவரன், SPB.

அனிமேஷன் திரைப்படம்	:	'பாண்டவாஸ்' (கிரியேட்டிவ் இயக்குனர்கள்)
தயாரிப்பு	:	Penta Media
திரைப்படம்	:	'விசில்' (2003)
தயாரிப்பு	:	Media Dreams
நடிகர்கள்	:	விக்ரமாதித்யா, காயத்ரி ரகுராம், ஷெரீன், விவேக்
Documentaries	:	நாதஸ்வரம், பாகவத மேளா, பொம்மலாட்டம், களம்காரி.
Event management	:	ஒளி உத்சவ், லியோனி பட்டிமன்றம் (சன் டிவி), வின் டிவி தொடக்க விழா.
விளம்பரப் படங்கள்	:	இந்தியாவின் பல முன்னனி நிறுவனங்களுக்கு 500க்கும் மேற்பட்ட விளம்பரப் படங்கள்.
புத்தகங்கள்	:	நாதஸ்வரம் (டாக்குமெண்டரி புத்தக வடிவில்), களம்காரி (டாக்குமெண்டரி புத்தக வடிவில்), கனவுகளைப் பேச வந்தவன் (கவிதைத் தொகுப்பு), ஹாலிவுட் சினிமா - சில பதிவுகள், கண்கட்டி விளையாட்டு (சிறுகதைத் தொகுப்பு).
E mail id	:	jdjerysmediapark@gmail.com
Cell No	:	98408 67800

Awards	:	விளம்பரப்படங்களுக்காகக் கொடுக்கப்படும் TEA Awards.
		2019 - Best social awareness advertisement for cctv campaign.
		Best showroom advertisement for Chennai Silks T.Nagar launch.
		2018 - Best textile advertisement for the Chennai Silks advertisement.
		2016 - Best Jewellery advertisement for Sree Kumaran Thanga maligai.
ராபர்ட் - ஆரோக்கியம் அறக்கட்டளை	:	எங்களது தந்தையரின் நினைவாக ஆரம்பிக்கப்பட்ட ராபர்ட் - ஆரோக்கியம் அறக்கட்டளை வழியாக, தொடர்ந்து தமிழுக்கு மிகச்சிறந்த பங்களிப்பைத் தந்த படைப்பாளிகளுக்கு சாரல் விருதையும், ஐம்பதாயிரம் ரூபாய் பண முடிப்பையும், வித்யாசங்கர் ஸ்தபதி வடிவமைத்த சிற்பத்தையும் பரிசாக அளித்து வந்தோம்.
விருது பெற்றவர்கள்	:	2009 திலிப்குமார் 2010 ஞானக் கூத்தன் 2011 அசோகமித்ரன் 2012 வண்ணநிலவன், வண்ணதாசன் 2013 பிரபஞ்சன் 2014 விக்ரமாதித்யன்
நடுவர்களாக இருந்து செயல்பட்டவர்கள்	:	தேனுகா மா.அரங்கநாதன் ரவி சுப்ரமணியன்

ராபர்ட் - ஆரோக்கியம் அறக்கட்டளையின் சாரல் விருது, பொற்கிழி மற்றும் வித்யாசங்கர் ஸ்தபதி வடிவமைத்த சிற்பம் பெற்றவர்கள்

2009 - திலிப்குமார்

2010 - ஞானக் கூத்தன்

2011 - அசோகமித்ரன்

2012 - வண்ணநிலவன், வண்ணதாசன்

2013 - பிரபஞ்சன்

2014 - விக்ரமாதித்யன்

நான்...

ஜேடி - ஜெர்ரி

இங்க வெற்றி அவ்வளவு சுலபமில்ல. காத்திருப்பு ரொம்ப அவசியம். அதைப் புரிஞ்சுகிட்டு ஓட ஆரம்பிச்சதுனால தான் இன்னைக்கு ரெண்டுபேர் கொண்ட நாங்க, ‘நான்’ என்ற ஒற்றை ஆளா அடையாளம் காணப்படுகிறோம்!

‘கருங்குயில் குன்றத்துக் கொலை’னு ஒரு நாவல் ‘மரகதம்’ என்ற பெயர்ல படமா வந்தது. அந்த நாவல் எழுதின டி.எஸ்.டி.சாமி வேற யாருமில்ல... ஜேடியோட தாத்தாதான்.

ஜேடிக்குச் சொந்த ஊர் கும்பகோணம். பள்ளிப் படிப்பும் அங்கதான். ஜோசப் டி’ சாமி. இதன் சுருக்கம்தான் ஜேடி.

திருச்சி செயின்ட் ஜோசப் கல்லூரில பட்டப்படிப்பு. ஜேடி எதிர்பார்த்தது கணக்கு. ஆனா, கிடைச்சது ஸ்டேட்டிஸ்டிக்ஸ். இதுதான் ஜேடியை சினிமா, இலக்கியம் பக்கம் திருப்பிச்சு.

ஜெர்ரியின் சந்திப்பும் அங்கதான். ரெண்டு பேருக்கும் ஒரே வகுப்பு; ஒரே ஹாஸ்டல். செயின்ட் ஜோசப் கல்லூரி வாழ்க்கையை எங்களால மறக்கவே முடியாது. பேராசிரியர் எஸ்.ஆல்பர்ட், அத்தனை உலக சினிமாக்களை எங்களுக்கு அறிமுகப்படுத்தினார். பார்க்காத உலக சினிமாக்கள் கிடையாது; பேசாத சினிமா விஷயங்கள் கிடையாது!

அப்பா வழியா ஜேடிக்கு நிறைய புத்தகங்கள் பரிச்சயமானது. சின்ன வயசுலயே 'பொன்னியின் செல்வன்' துவங்கி நிறைய இலக்கியங்களைப் படிக்க ஆரம்பிச்சுட்டார். விளைவு... ஜேடி, கவிதைகள் எழுத ஆரம்பிச்சார். அவரோட முதல் கவிதை 'ஆனந்த விகடன்' மாணவர் பக்கத்துல வெளியாச்சு.

ஜேடியோட அப்பா ராபர்ட் டி' சாமி, எக்ஸிகியூடிவ் ஆபீஸர்.

அம்மா அமலோற்பவ மேரி டி' சாமி. ஜேடிக்கு இரண்டு தம்பிங்க, ஒரு தங்கை. ஒரு தம்பியான ஜெரோம், வங்கியில வேலை பார்க்கறார். இன்னொரு தம்பியான ஜேம்ஸ், அப்பா பாணியில எக்ஸிகியூடிவ் ஆபீசர். தங்கை ஜஸ்டினா.

எப்படி ஜோசப் டி' சாமி, ஜேடி ஆனாரோ அப்படியே, ஜெரால்டு, ஜெர்ரி ஆனார். ஜெர்ரியின் சொந்த ஊர் திண்டுக்கல். ஆனா, பிறந்து வளர்ந்ததெல்லாம் கொடைக்கானல்ல. ஜெர்ரியின் அப்பா இந்திய வானொலில வேலை பார்த்தார். அவர் பெயர், ஆரோக்கியம். அம்மா பெயர் சூசையம்மாள்.

என்னதான் ஜெர்ரியின் அப்பா மத்திய அரசுல வேலை பார்த்தாலும் வாழ்நாள் முழுக்க விவசாயம் செய்தார். அதோட தன் வாரிசுகளுக்காக விவசாய நிலங்களை அப்படியே விற்காம விட்டு வைச்சார். ஜெர்ரி படிச்சது எல்லாம் கொடைக்கானல்ல. ஜெர்ரி குடும்பத்துல யாருக்கும் இலக்கியம், சினிமால ஈடுபாடில்லை. அரசாங்கக் குடியிருப்புலதான் ஜெர்ரியின் இள்மைக்காலம் கழிஞ்சது. அமைந்த நண்பர்களும் மலையாளம், தெலுங்கு, இந்தினு பல மொழிகளைச் சார்ந்தவங்க. வார இறுதில மீன் பிடிப்பதும் மலை ஏறுவதும்தான் ஜெர்ரியின் பொழுதுபோக்கு.

இப்படி இருவேறு துருவங்களா இருந்த ஜேடியும் ஜெர்ரியும் திருச்சி செயின்ட் ஜோசப் கல்லூரில நண்பர்களாகி இப்ப வரை ஒண்ணா பயணப்படுகிறோம்; ஒண்ணாவே இப்ப இந்த பேட்டியும் தர்றோம்.

கத்தோலிக்கக் குடும்பத்தைச் சேர்ந்த ஜெர்ரி, கல்லூரிப் படிப்புக்கு முன்னாடி மொத்தமாவே நான்கு ஐந்து படங்கள்தான் பார்த்திருக்கார். ஜேடியுடன் நட்பான பிறகு எல்லா படங்களையும் பார்த்துத் தள்ளினார்.

எந்தப் படத்துக்குப் போனாலும் அங்க ஜேடியும், அவரோட அப்பாவும் முதல் வரிசைல அமர்ந்திருப்பாங்க. சத்தம் போட்டு ரெண்டு பேரும் சினிமா பத்தி பேசுவாங்க. ஜெர்ரிக்கு இதெல்லாம் ஆச்சர்யமா இருந்தது. மெல்ல மெல்ல ஜேடியின் ரசனையும் ஜெர்ரியின் விருப்பமும் ஒண்ணாச்சு. ஜேடி பத்து வருஷங்கள்ல படிச்ச இலக்கியத்தை, ஜெர்ரி மூணே வருஷங்கள்ல படிச்சு முடிச்சார்.

செயின்ட் ஜோசப் கல்லூரில படிப்பு முடிச்சதும் ஜேடிக்கு வங்கில வேலை கிடைச்சது. ஜெர்ரி சென்னை லயோலாவுல எம்.பி.ஏ., சேர்ந்தார்.

உடனே ஜேடியும் அதே லயோலாவுல எம்.எஸ்சி., அப்ளை பண்ணினார். சீட் கிடைக்க தாமதமானதால பிரசிடென்ஸில சேர்ந்தார்.

ஜேடிக்கு இயக்குநர் பாலு மகேந்திரா சார் கூட பணிபுரியிற வாய்ப்பு கிடைச்சது. ரெண்டு படங்கள் வரை அவருக்கு உதவியாளரா இருந்தார். ஜெர்ரியுடனான நட்பும் தொடர்ந்தது.

அப்புறம் ரெண்டு பேருமா சேர்ந்து படம் இயக்க வாய்ப்பு தேடி அலைஞ்சோம். அப்ப தூர்தர்ஷன்ல டிவி புரோக்ராம் செய்ய வாய்ப்பு கிடைச்சது. டிவி நிகழ்ச்சிகளுக்காக மும்பை தயாரிப்பாளர்கிட்ட பேசினப்ப, 'ஏன் நம்ம படக் கதையை சொல்லக் கூடாது'னு தோணுச்சு.

வேலைக்கு நடுவுல சினிமா கதைகள் பத்தி ரெண்டு பேரும் பேசுவோம். நிறைய கதைகளை உருவாக்கினோம். அதுல ஒண்ணுதான் அஜித் – விக்ரம் நடிச்ச 'உல்லாசம்' கதை.

டிவி எபிசோடுகள் முடிச்சு அவுட்புட் தர்றப்ப எங்களுக்கு என்ன பெயர் வைக்கலாம்னு யோசிச்சோம். அப்ப திடீர்னு ஸ்டிரைக் ஆனதுதான் ஜேடி – ஜெர்ரி. இப்ப வரை இந்தப் பெயர்தான் தொடருது. அஜித் அப்ப 'காதல் கோட்டை' மாதிரி மென்மையான படங்கள்ல நடிச்சுட்டு இருந்தார். அவரை ஒரு முரட்டுத்தனமான இளைஞரா காட்ட நினைச்சோம். இளமை துள்ள ஒரு படம்.

சிறப்பான டீம் அமைஞ்சது. தரணி, ஜீவா, கார்த்திக் ராஜா... மேக்கிங் பத்தி ஊரே பேசுச்சு. இதுக்குக் காரணம், கல்லூரி நாட்கள்ல நாங்க பார்த்த உலகப் படங்கள்தான். நாங்க படிச்ச புத்தகங்கள், கவிதைகள், அரசியல் மற்றும் அயல்நாட்டுக் கவிதைகள் எல்லாம் எங்களுக்கு கை கொடுத்தது.

ஜேடி ரொம்ப நல்லா எழுதுவார். என்ன சீன் பத்தி பேசினாலும், ஐடியா சொன்னாலும் அதை காகிதத்துல பிரமாதமா கொண்டு வந்துடுவார். எழுத்தாளர் சுஜாதாவே ஜேடி எழுதறதைப் பார்த்து வியந்திருக்கார்.

எப்பவும் நாங்க விட்டுக்கொடுக்க மாட்டோம். எல்லா பணியும் நாங்க செய்ததுதான். நாங்க இயக்கினதுதான். எங்க ரெண்டு பேருக்குமே ஒன்லைன்

கான்செப்ட் அல்லது டேக் லைன் ரொம்ப சுலபமா வரும். ஒனிடா டிவி விளம்பரம் எங்களை விளம்பரங்கள் பக்கம் இழுத்தது. முதல் முறையா விஜிபி விளம்பரம். ஏ.ஆர்.ரஹ்மான்தான் மியூசிக். லெனின் எடிட்டிங். இதுக்கு அப்புறம், ‘உல்லாசம்’, ‘விசில்’னு படங்கள்; ‘பாண்டவாஸ்’ அனிமேஷன் படம்.

இதுக்கு அப்புறம் பெரிய இடைவெளி. 10 வருஷங்கள் எந்த வாய்ப்பும் வரலை. 2003ல சென்னை சில்க்ஸ் ஆரம்பிச்சாங்க. ஆடி மாசம் அவங்க கடையை பிரபலப்படுத்த விளம்பரம் எடுத்துக் கொடுங்கனு தேடி வந்தாங்க.

ஜவுளிக்கடை விளம்பரம். சில்க் புடவைகள்னா... கோயில், பெண்கள்னு ஒரு கோட்பாடு இருந்தது. அதை உடைச்சு கொண்டாட்டம் மாதிரி ஆடி மாச விளம்பரம் இருக்கணும்னு செய்தோம். பரவை முனியம்மா, ‘ஆடியிலே அடிக்குதம்மா அதிர்ஷ்டக் காத்து...’ன்னு பாட... இமான் இசையமைச்சார். இந்த விளம்பரம் வெளிவந்த 15வது நாள்ல இருந்து அத்தனை ஷோரூம்ஸ்ல இருந்தும் அழைப்பு

அப்ப தொடங்கின விளம்பரப் பட இயக்கம் இப்ப வரை பெரிய பிராண்டுகள் சூழ போயிட்டிருக்கு. சினிமா எடுக்கும் எண்ணம்கூட வெயிட்டிங்குல இருக்கற அளவுக்கு நாங்க இப்ப ஓடிட்டு இருக்கோம். ஒரு சினிமா எடுக்க குறைஞ்சது மூணு மாசங்களாகும். விளம்பரங்கள் எல்லாம் கிளையன்ட்ஸை அடிப்படையா கொண்டது. சின்ன பிரேக் விட்டாலும் கைவிட்டுப் போயிடும். இங்க... விளம்பரத்துறைல... எங்களுக்காக பலர் காத்திருக்காங்க. அவங்களை ஏமாத்த விரும்பலை.

நிறைய நாயகிகளை இயக்கியிருக்கோம். பலரும் எங்க விளம்பர இயக்கத்துல நடிச்சுதான் அட்வர்டைசிங் ஃபீல்டுல நுழைஞ்சிருக்காங்க. சந்தோஷம், இளமை, பாடல், நடனம்... இதுதான் எங்க விளம்பரங்கள். சில மாற்றுக் கருத்துகள், விமர்சனங்கள் வரும். ஆனா, குழந்தைகள், குடும்பங்களுக்கு எங்க விளம்பரங்கள் சந்தோஷத்தைக் கொடுக்குது.

எங்ககிட்ட விளம்பரங்கள் கொடுத்த பிறகு உரிமையாளர்கள் கவலையே இல்லாம அவங்க வேலையைப் பார்க்கப் போயிடுவாங்க. படப்பிடிப்புத் தளங்களுக்கு வரவும் மாட்டாங்க. அவ்வளவு நம்பிக்கை. கிட்டத்தட்ட 60க்கும் மேலான பெரிய பிராண்டுகளுக்கு ஓபனிங் விளம்பரங்கள் செய்திருக்கோம். எங்க விளம்பர டெம்ப்ளேட்டை மாடலா வைச்சுதான், இப்ப வரும் இளைஞர்கள் விளம்பரப் படங்கள் எடுக்கறாங்க.

அதனால எங்க டெம்ப்ளேட்டை நாங்களே உடைச்சு புதுமை படைக்க நினைச்சோம். அப்படி உருவானதுதான் ‘சரவணா ஸ்டோர்ஸ்’ விளம்பரம். இதுல அண்ணாச்சியையே நடிக்க வைச்சோம். இதை பலரும் பலவிதமா டிரோல் பண்ணி கிண்டலடிச்சாங்க. அண்ணாச்சியும் சரி... நாங்களும் சரி... கவலைப்படல. மக்கள்கிட்ட பெரிய அளவுல இந்த விளம்பரம் ரீச் ஆச்சு. அதோட அண்ணாச்சியும் ஒரு டாப் மாடலுக்கான குவாலிட்டீஸை வளர்த்துக்கிட்டார். அவர் ஹீரோவா நடிக்கும் படத்தை எழுதி இயக்கியிருக்கோம். படப்பிடிப்பு முழுமையா முடிஞ்சுடுச்சு. சமயம் பார்த்து அந்தப் படத்தோட பெயர், கதை பத்தி எல்லாம் சொல்றோம். இப்போதைக்கு அது பிரம்மாண்டமான படம்... உங்களை ஆச்சர்யப்படுத்தி மகிழ்விக்கும்னு மட்டும் சொல்லிக்கறோம்.

எப்படி நாங்க இணை பிரியா நண்பர்களா இருக்கோமோ, அப்படித்தான் எங்க மனைவிகளும் தோழிகளா இருக்காங்க.

ஜேடிக்கு லவ் – அரேஞ்ஜ்டு மேரேஜ். ஜேடியின் மனைவி பெயர் சகாய செல்வராணி. இவங்க பெண் அமிர்தவர்ஷினி, லயோலால விஸ்காம் படிப்பு முடிச்சுட்டு லண்டன்ல டிஜிட்டல் மார்க்கெட்டிங் படிக்கிறாங்க. பையன் மனோரஞ்சன் லயோலால படிப்பை முடிச்சுட்டு இயக்குநர் ஏ.எல்.விஜய்கிட்ட உதவியாளரா இருக்கார்.

ஜெர்ரியின் மனைவி பெயர் செலின். ஹோம் மேக்கர். வீட்ல பார்த்த பெண்ணை கட்டிக்கிட்டார். இவங்க பையன் பிரியதர்ஷன், லயோலாவுல விஸ்காம் முடிச்சுட்டு லாஸ் ஏஞ்சல்ஸ்ல நடிப்பு, சினிமா பத்தி

படிச்சுட்டு வந்திருக்கார். இவருக்கு நடிப்பு போலவே இசையிலும் டைரக்‌ஷனிலும் ஆர்வம். மகள் மிருதுளா ஜோஸ்னா, எம்.பி.,பி.எஸ்.

சினிமாதான் எங்க மூச்சு. 'விசில்' படத்துக்குப் பிறகு இப்பதான் மீண்டும் சினிமா எடுக்கும் வாய்ப்பு கிடைச்சது. இடைல நாங்க எடுத்த விளம்பரங்கள் எங்களை உயரத்துல நிறுத்தியிருக்கு. இந்த இடம் கூட கிடைக்காம பலர் வெளில காத்திருக்காங்க. அதெல்லாம் பார்க்கிறப்ப நாங்க பெரிய அளவுல கஷ்டப்படல; அலையல. கிடைச்ச வாய்ப்புகளையும் சந்தர்ப்பங்களையும் பயன்படுத்திக்கிட்டோம்.

இங்க காத்திருப்பு அவசியம். பல பெரிய விளம்பரப் படங்கள் எடுத்த – எடுக்கற நாங்களே பத்து வருஷங்கள் வரை காத்திருந்தோம். காத்திருப்பும், பொறுமையும், தோல்விகளைக் கண்டு துவளாத மனமும் இருந்தா நிச்சயம் ஜெயிக்கலாம்!

இதுதான் இந்த ஜேடி – ஜெர்ரியின் வெற்றி ரகசியம்!

நன்றி: குங்குமம், 20.11.2020.

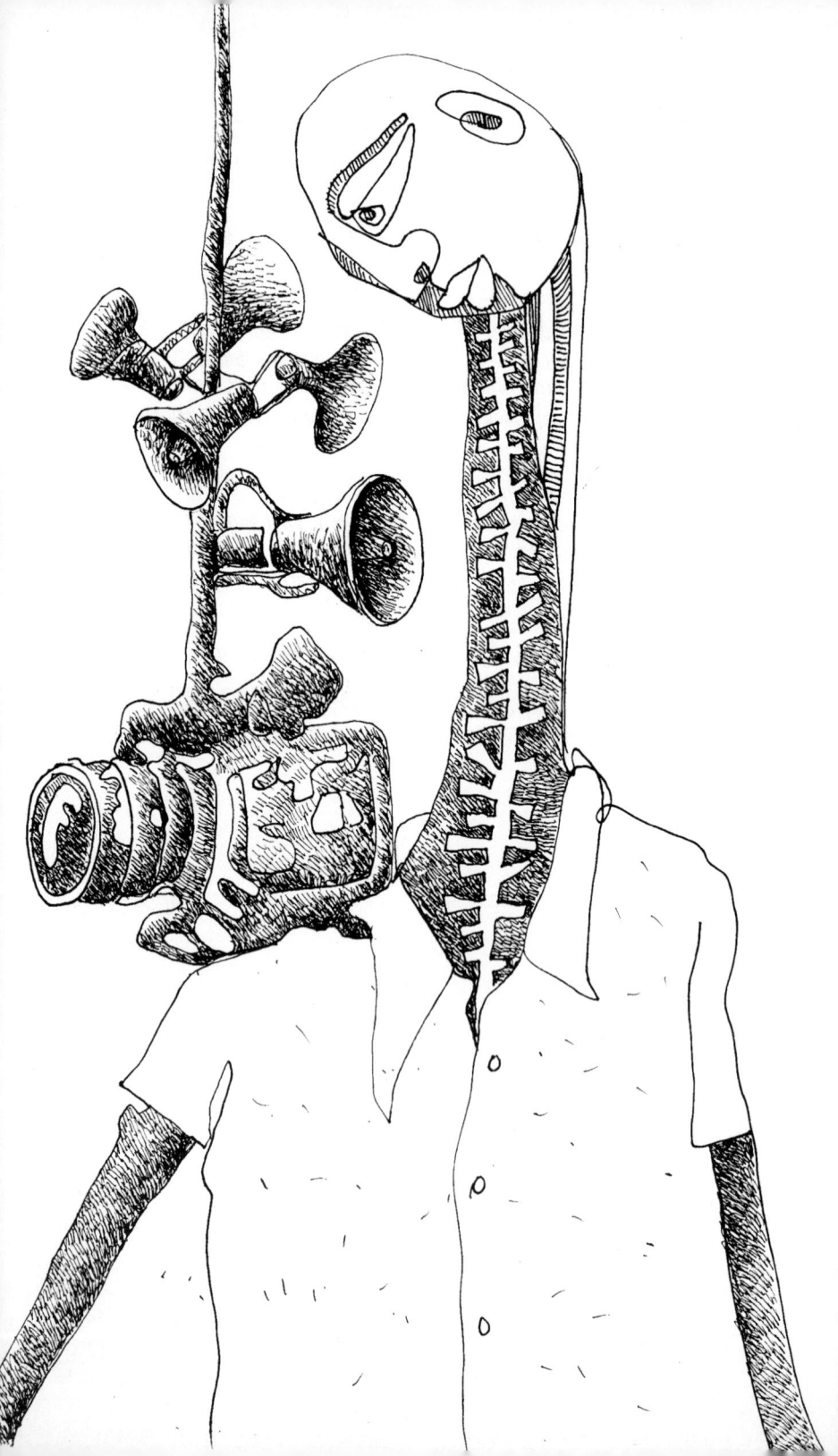